T0114935

Mkwamo

Masereka Levi Kahaika

FOUNTAIN PUBLISHERS
www.fountainpublishers.co.ug

Fountain Publishers
P.O. Box 488
Kampala
E-mail: sales@fountainpublishers.co.ug
           publishing@fountainpublishers.co.ug
Website: www.fountainpublishers.co.ug

© Fountain Publishers 2013
First published 2013
Revised Edition 2018

ISBN 978-9970-25-295-4

Yaliyomo

Ikisiri

Mkwamo ni kielelezo cha chanzo cha ukoloni barani Afrika. Wanauganda kama wafrika wengine hawakubaini kwamba mkoloni ni kizuizi kwa utamaduni wa mwafrika ikiwemo, upendo, ushirikiano kwa mwamala wa kindugu, mbali na kuwa wafrika walikuwa wakipigana wenyewe kwa wenyewe kwa nia ya kupanua tawala zao. Kielelezo cha ufalme wa Buganda na Bunyoro ambazo zilikuwa zimemakinika kabla ya mkoloni kuja zimefupishwa katika mchezo huu kwa falme mbili; ufalme wa Bupomboli na wa Kasulenge. Kasuku na Mkazo wanachukua nafasi ya wafalme wa enzi hizo. Hata hivyo katika mchezo nilichagua kutotumia majina ya wafalme na maeneo husika kwa sababu yaliyotokea hayajasahauliwa na kwa kiwango kikubwa shida za Uganda kisiasa ni mazao ya historia ya yaliyotokea baada ya mapatano yaliyofanyika 1900 bila kusahau mauaji ya waumini. Vilevile hii ni kazi ya kifasihi na mengi yanayojitokeza katika mchezo ni mazao ya ubunifu wa mwandishi. Endapo kutatokea jambo au jina linalooana na yaliyomo itakuwa si kusudi la mwandishi bali itakuwa ni kwa sadfa.

Kitendo cha kwanza

Onyesho la kwanza

Kasulenge,mbele ya kijumba cha mfalme Mkazo.

Halaiki ya watu wanaonekana wakiingia uani pa kijumba hicho. Wote wanatembea polepole na kwa kimya kabisa kama kwamba wanakuja kuomboleza. Mpiga mbiu wa mfalme anaingia. Kinaletwa kiti cha mfalme. Tayari watumishi watumwa wa mfalme wamejipanga kulia na kushoto mwa kiti cha mfalme. Mfalme anatokea huku amevalia ngozi ya chui. Mkononi amekishika kikuki mithili ya fimbo ya aina moja ya mkongojo. Wenyeji wote waliohudhuria wanaanguka chini kumsujudia mfalme. Anaketi. Kote kunakimya che.

Mkazo: *(Anawakabili)*
Enyi wajukuu wa Kitwana, wana wa Mkazo
Enyi wachache mliobaki, ambao mmekataa mabaki
Kwenu zitakwima haki, babangu bila ya itifaki
Kakaribisha wavaa kasiki, nami naona hawastahiki
Kasulenge toka jadi, babu zetu kwa ahadi
Walisimama shadidi, enzi zao hamadi
Kuzimiliki ilikuwa ahadi, na hizi harakati
Kujizatiti kuondoa kahati, na kanuni zetu
madhubuti tusiache nawaomba!
Za kiarabi tumesikia na kuona
Dini zisomsingi kila kona,madhehebu wasiooana

1

Wakristo waislamu, kwa biashara zao kunyonyana
Nasi kutumbukia nyongo,dini yetu kuiacha
Kwa upendo sote tulishirikiana
Iwapo Mungu mmoja, dini mbalimbali nini?
Natoa risala yangu, simtaki yeyote atakayejiunga
Naam, sitaki dini, sote ni Wasulenge,
ni Walua au siyo?
Kasuku aliyakataa; mkamgombesha
Nami nimekataa,mwataka nigeukia? sitaki.
Hapa ni petu. Za kigeni zimekithiri. Si ajabu
kuona twauana sisi kwa sisi na tutafanya hivyo
Waambieni wafuasi hao nawaomba waache
vitimbi vyao nasi twamjua Mungu wetu
Wetu yupo! Ya kutugawa kwa dini hatutakubali!

Wenyeji: *(Kwa unyenyekevu)*
Na usowere mfalme, ewe mume wa wame
Petu si kihame, kama ni shamba lete tulime
Tu tayari hata kwa ukame, nasi tangu ni mlango
Mlango mmoja pia wapomboli japo twawauza
hongo
Iwekwe mipango, tuungane tusiache pengo
Tu tayari japo hatuna mtutu
Tutapindana kwa umoja wetu, tumepoteza mila
zetu
Si hoja kwani yamepita, si ndwele kwani yali
mashata?
Kila upepo na ulete,usowere mume wa wame
umejikita!

Sauti ya ngoma ya mgambo inasikika kutoka
sehemu za Kamakaa. Mfalme Mkazo na wenyeji
mkutanoni wanashtuliwa kwa mlio wa ngoma
inayorindima kwa jeuri

Mkazo: Majemadari!

Majemadari: Nguruma ewe simba wa wame!

Mkazo: Majemadari!

Majemadari: Tayari masikio yetu kwa huduma zako.

Mkazo: Naam nenda hima, kaone vyema
Kupi mgambo wasema, haraka rudi mapema
Nani kauita kwa ngoma, nami mjukuu wa Mutera
Sina sikawii kuchakura, nimwone anayetukera
Ama niite wenye vitara!
Majemadari wanaondoka. Mkutano unakwama
hapo. Mkazo anaingia kijumbani mwake.

Muhanya: *(Anamwita Kisiu)*
Sasa mfalme atafanya nini? Naona ni tenga na
tahanani
Babake alikubali waumini, yeye ni nani
asiyeamini?

Kisiu: *(Anakubaliana naye. Anamshika begani*
wanaenda kando)
Umeagua vilivyo hasa, mawazoye mfalme ni
tasa sidhani atamweza sasa, alivyoshindwa
Kitwana.

3

Muhanya:	*(Kwa bezo)*
	Ameanza kumlilia Kasuku, naye Bupomboli amepaaga
	Kakimbia kwa uoga, kaogopa mvaa kasiki kumsaga.

Kisiu:	*(Anacheka)*
	Sasa nani amebaki kulia, Mkazo angetulia
	Ya wenye kasiki kufurahia, jinamizi kutojipalia.
	(Anaingia Mwiba. Anatweta pumzi zi juujuu)

Mwiba:	Yohane kanituma kwenu, siwapati walau fununu
	Kote kuwapata ni tunu, asema msiingie hicho kinu.

Onyesho la pili

Kamito, katika kambi ya Walenga.Mfalme Kasuku pamoja na Jemadari Yarwa wanatembea kutoka kituo hadi kituo.

Kasuku: Sasa wenzetu wametusaliti, kidimbwi wameachilia

Bogabuga kote tumekwisha,bali n'tapigana mpaka mwisho

Nasikia amekodi Wamanuba, na Wasulenge wengi wamemuunga, twaumizana. Ya wavaa kasiki tumesahau

Nakumbuka hapo awali, Bupomboli kilikuwa kituo chetu cha biashara. Seko, Namuru na Padilanga vilikuwa vituo vya kubadilishana mazao na chumvi kutoka Katwe

Tulifurahia Wasulenge, Wadikilo wa Budikilo nao walishuhudia muamala kamili sote kujuliana, sasa twaumana kipanzi

Lakini subiri, mtego wa panya, ni kwa waliomo na wasiomo.

Nami wa Mukidi babu, kutamauka nimeshakufa ni ahadi nimeishatoa kwa hivyo ewe jemadari uliyebora fanya hima kimbia Kilimani kawaambie wapiganaji huko..., wasilale kamwe, wanawake wetu wamejiunga

Kasikinya hapa amepatuliza, ni shujaa nami sina wasi.

5

Haya enenda Yarwa mpole.

Kasikinya: Jana usiku kucha tumelinda kule chini kidimbwini waliko nao hawakututambua. Ningewavamia lakini walikuwa wengi; wengi kiasi cha kutumeza wazima, bali kwa hila nikawapotosha kutafuta njia kuelekea Marujubu nikawaelekeza sehemu mbali na hapa pa Waruzi. Nyuma wakageuka kudhani wamepotea. Kwa sasa wanawake wetu shujaa waende punde huko kidimbwini, wajifanye wema na waaminifu, nao watujulishe nia za vibaraka, niliona maji ya kunde bunduki mkononi kapakata. Roho ikanidundunda lakini nikajizatiti nisijemwaga mtama wangalipo kuku. Nina uhakika wanakusudia hapa..., lakini iliyobora akili,tuwe tayari wakati wowote. Tusiwavamie tujihami hapa tulipo tusuburi hadi waingie sehemu petu wasikojua tuliko kisha tuwateketeze na kukomboa Karuhoko. *(Yarwa Anaondoka. Wasichana wapiganaji wawili wanaingia)*

Wasichana: Mfalme unayewashinda wote, kasuku wa Bupomboli Hatutakuacha pekee katika vita hivi vya mtu mweusi. Nasi jana tulishuhudia maji ya kunde. Watu wetu wengi wamemfuata lakini usife moyo. Vijana kwa wazee wameapa kutokubali. Ziwa letu

6

zuri Mwitanzige hatutamwachia maji ya kunde
aparamie na vibaraka.

Mabikira wapole wanakasuku, mabinti wasifikao,
kazi umetuelekeza, twaomba uende ukatulie
kijumbani mwako nasi kwa ulinzi wako tu tayari.
Nyuta na mishale tayari, ng'ao tumebeba yote ni
kwa ulinzi wako, tumaini letu ndiwe ukifa nasi
twajua tutakuwa watumwa, ya utumwa tumesikia
hatutaki kushuhudia; huko kwingine wakakubali
wanao kuuza kwa silaha. Kwetu we ni ngao,
kutukinga ukafurahia,hii ni zamu yetu
Tukukinge ewe mfalme mwema.

Kasuku: *(Anatabasamu)*
Kabla ya kuwaacha naomba mnisikilize
kwa makini enyi mabinti wa Kasuku
kazi yenu imeandikwa katika kumbukumbu.
Wanaoshuhudia ni ulimwengu. Nitakapofika kule,
vitendo vyenu vitakuwa kumbukumbu za wanajadi
Ya shungwaya mmesikia, ya MAU MAU
mkaarifiwa.
Walikufa majina yakabaki nasi siku moja tutaaga
bali wajukuu watafurahia kusoma kuhusu
mabinti na wana wa Kasuku wa Mukidi wetu wa
Wapomboli
Yeye na Mutera wa Kasulenge na Zakina wa
Mabuga na Aranyi wa Bukobe mamao Nyatworo
kawazaa pamoja na babao ibin mfalme Kyomya
kitovu chao ni Paluo ndio uhusiano wetu mwema
na watu wa Paluo. Na hizi sehemu za Ibanda
karibu nasi hapa zashuhudia. Ayo, Achaki na

7

Olimi ni majina yetu nao ni majirani wetu
hizini kumbukumbu naona mmepafika pema pa
kujitolea mke kwa mume.
Mimi hata nikifa leo, nitajua ninao wakombozi.
Nazo tamaduni zetu msitupe. Hapa kambini
wawekwe wacheza marimba watakaonifurahisha
nionapo mawazo ya kutamausha nami n'tajiunga
nao tucheze, tuwaite wa Kyangwali washuhudie
mabinti shujaa!

Kasikinya: *(Kwa wasichana)*
Haya ondokeni kazi yawasubiri tia idili
Nami 'tamsindikiza mfalme mwema
hadi kijumbani mwake atulie, ngome iwekeni
salama
Sitaki kuona moshi kokote, Kilimani, najua
wamejitayarisha kwa mapambano leo Kidimbwini.
Tutakomboa tutakapomaliza turudi nyuma Kikyo
sehemu petu pa mazishi ya babu zetu tutapainua
tena na ichorwe ramani upya. Bogabuga
naikusudia.
Haya ondokeni hima msichelewe wenzenu
wawasubiri.
*(Wote wanaondoka. Vijana-wavulana na
wasichana wanaingia wamevaa njuga miguuni
wengine wamebeba ngoma. Wanaanza nyimbo
za kuchezea marimba kwa mazoezi. Wanaimba
wamejipanga kwa mduara. Mpiga ngoma yu
katikati.)*

Mpiga ngoma: Bi! bi! biku! biku! bi! bi! biku!

Wachezaji: *(wanaimba na kucheza kwa kupokezana)*
Mchinjaji si mchunaji, ndiyo si mchunaji
Mchunaji ni mwigine, ndiyo ni mwingine
Anayechuna si mpikaji, ndiyo si mpikaji
Anayepika ni mwingine, ndiyo ni mwingine
Anayepika si mpakuaji, ndiyo si mpakuaji
Mpakuaji ni mwingine, ndiyo ni mwingine
Mpakuaji si mlaji, ndiyo si mlaji
Mlaji ni mwingine, ndiyo ni mwingine.
(Sauti ya ngoma na za waimbaji na wachezaji
zinadidimia polepole na mara zina zima.
Kasikinya anaingia)

Kasikinya: *(Anacheka kwa furaha)*
Ndiyo, mfalme atafurahia mmefanya vyema
Tufanyeni hivyo kila siku hadi nitakapoona kuwa
mmefikisha kiwango cha kumtumbuiza mfalme
lakini msisahau kuwaweka walinzi kuchunguza ili
tusivamiwe. Kila siku maji ya kunde analeta silaha
mpya. Nami na makamanda wengine hatulali
Juzi tumempokonya moja nayo vijana wetu
wanafanyia mazoezi lakini vidude vya ndani
ni vichache tutatumia hila navyo tuvipate…
vile vinavyolipuka kama radi ya umeme.

9

Onyesho la tatu

(Wanaingia Yohane, Kipono, Muhanya pamoja na Muswagha wa Kiko)

Yohane: Niko tayari kwa yote. Malkia huko ngambo anajua. Amekubali vifaa viletwe hapa Kasuku bado ni kizuizi.
Naona Mkazo naye amebadilika. Babake aliyakubali yote nasi tukashirikiana. Sasa Mkazo anawaua wafuasi.
Anawaita wasaliti, nani amesaliti mwingine? Yeye au wafuasi? Sasa nimewaita hapa ili tusaidiane.
Nanyi mjue mtafaidika. Huyo Mkazo karibu atatoroka. Na mara atakapotoroka, tafuteni miongoni mwa wana wake ambaye atakuwa mfalme.
Huyo mtakayemchagua ndiye mtakayeshirikiana naye nanyi mtapewa kiasi cha uongozi mmsaidie. Kawatafute wawili au watatu na wenyeji wengine wenye hadhi wateuliwe kwa kazi ya kufanya mapatano ya ushirikiano wa serikali ya kikoloni na ufalme wa Kasulenge. Kama wafalme wengine hawataki, tutawafanya watwana yaani tutawafukuza kutoka huko waliko.

Kipono: *(Anachangia)*

Ndiyo, kwangu Bukobe kumelainika. Wenyeji hawamtaki Mkazo,walimpenda Kitwana sana Vijana huko wako tayari kuwavamia wafalme wengine kama Kasuku ambao wamekataa Naye Mkazo ana mwana ambaye amezaliwa juzi; kikembe huyo tunaweza kumweka kwa umri mdogo. Kila kitu tutamfanyia ili mpango wako utekelezeke.

Hayo mapatano lazima yafanywe. Tunaweza kumiliki hata falme zilizotushinda tangu hata Bupomboli.

Muswagha: *(Anaungama)*

kikembe ataongoza nyuma yake tutaweka sharti Mipango iandaliwe kabla ya Mkazo kutambua. Atatuua nasikia sasa anaua kila mpinzani Tayari Muhanya, Kisiu na Mwiba ni wetu Nao ni wasomi kufafanua zaidi kanuni za mapatano.

Muhanya: *(Anakatiza)*

Si ajabu kuona wamtaja Kisiu naye Mwiba ni mpevu. Kwao idadi imeenea labda kuna mmoja Mwana wa kifalme Gombo naye ashirikishwe Tujue kuwa kila upande tuko huru. Malkia hatapinga.

Yohane: *(Anaonyesha furaha tele)*

Naam, naam sikujua. Sikujua kuwa kuna wapevu humu nikidhani siku zote kuwa waafrika ni wajinga,

Lakini mmenipa moyo sasa nitamjulisha malkia
Kuna wawili kwa upande wangu ambao
tutashirikisha;
Nao ni makasisi Yakobo na Paulo, hawa ni
wanadini kusafisha nyoyo zetu na za watu wenu
ili tuwe wanyenyekevu tusipingwe na kushindwa
au siyo?

Muhanya: *(Kwa uoga)*
Atawaua, Mkazo atawaua. Hataki wafuasi wa
kidini kwa vingine anaweza kustahimili lakini
kwa dini...
Nasikia ameahidi kuua kila atakayejiunga na dini
yenu.
Kwa hiyo tungepata njia ya badala isiyo ya dini.
Amedai kuwa dini inatugawa kuliko
kutuunganisha.
Unaona vipi, kuwaondoa mabaniani?

Yohane: *(Anapinga)*
La, hao wanalipa kodi biashara zao zatufaidi sisi
Wakienda nani ataziendesha waache waendelee
Lakini tumzime Mkazo naona zaidi ni waoga
Walipoona zile silaha, wote kwa uoga wakajiunga
Kovile sasa anao maaskari elfu thelathini
Wapomboli, elfu nne Wamanuba na makamanda
kumi na kitu wa kikoloni sasa sioni haja ya
kumwogopa Mkazo.
(Wanaingia Kisiu na Mwiba)

Kisiu: Hamjambo ?

12

Wote :	Hatujambo.
Mwiba:	Tumechelewa kuturadhi.
Wote :	Haidhuru, tuendelee.
Kisiu:	Mmefikia wapi?
Muswagha:	Mpango kwisha kikembe aliyezaliwa hivi majuzi, afanywe mfalme; Mkazo aondolewe, kikembe akiwa mfalme wataridhika. Wajue kuwa mwanawe ndiye mfalme nasi nyumaye twapanga njama; uongozi tumsaidie, tumwekee mikono kwa mapatano ya umoja wa Kasulenge na wakoloni ili Kasulenge liwe jimbo tegemezi. Nafurahi kwa shughuli zenu Msife moyo yote ni shwari hata Kiko wawasalimu wafurahia shughuli zenu. *(Wanaingia Makasisi Yakobo na Paulo)*
Yakobo:	Ninawasalimu kwa jina la Baba, la Mwana na la Roho Mtakatifu, nasema hamjambo?
Wote:	*(Wanaonesha furaha)* Hatujambo.
Yakobo:	*(Anatabasamu)* Nimekuja kuzilisha nyoyo zenu. Mnahitaji mkono wa mwenyezi Mungu na upendo, akamtuma mwanawe wa pekee aje atufie, kila atakayeamini Yesu kuwa mwokozi

ataokolewa. Tunajifunza kutojali ya duniani,
hazina yetu wafuasi wa Yesu i mbinguni
Asante sana.
(Wanaangua kicheko kwa pamoja)

Muswagha: *(Anacheka kwa furaha)*
Nasikia nataka kuenda mbinguni nikaipate hazina
yangu kule: laiti sote tungalikubali, hata Mkazo;
Angepata mwangaza wa Yesu aokolewe, ni
tayari.

Kipono: Nami…

Kisiu: Nami…

Mwiba: Nami…

Muhanya: Nami…

Yakobo: Mtabatizwa muwe wamoja wa waliokiri
Na kutubu nanyi Mungu atawagawia kila kitu
Mtatwaa baadhi ya dongo ya waliopinga.

Paulo: Tuwachukueni mtoni wakaape, la hapa hapa
tulipo tutafute maji kibuyuni tukawabatize
Nanyi muwe miongoni mwa waumini tulio nao
Mtasomeshwa kuhusu Mungu mmoja ili
msomeshe wenzenu kuhusu Mungu mmoja.
Kasisi naona umechelewa. Kawabatize hawa!
Wamekiri tuimbe haleluya, haleluya, haleluya!
(Wote wanachangia kwa wimbo)
Haleluya haleluya ni mwema, haleluya haleluya

14

Mungu ni mwema haleluya amewachagua
haleluya ...
Ni mwokozi haleluya…
*(Maji yanaletwa. Ishara zinawekwa pajini kwa
kila aliyekiri)*

Yakobo: *(Kwa Kisiu)*
Sasa wewe jina lako mpya ni Yuda Kisiu.
(Wote wanapiga makofi na vigelegele)

Yakobo: *(Kwa Muhanya)*
Sasa wewe jina lako mpya ni Petero Muhanya.

Yakobo: *(Kwa Mwiba)*
Wewe, sasa jina lako mpya ni Matayo Mwiba
(Wote wanapiga makofi kwa furaha)

Onyesho la nne

(Kanisani,waumini wanaomba na kumwabudu Mungu. Majemadari wa mfalme Mkazo wanaingia).

Jemadari I: Nyamaza! Sikilizeni, nyote mfalme anasema anawataka kwake.

Muumini I: Kwa nini mfalme anatutaka? Iwapo mfalme yuatutaka, yeye aje hapa si sisi kamwambie kuwa tunaabudu Mungu mmoja Mkazo si Mungu yeye ni mfalme tu ambaye hakupewa uwezo juu ya uzima wetu.

Jemadari II: *(kwa hasira)*
Nyamaza ! funga mdomo unasema nini?
Mfalme? haya; sikiliza, wataka mfalme?
Nyote bakini mlivyo!
(kwa Jemadari 1)
Kimbia nenda kwa mfalme!
Kamwambie vile wamedai.
(Jemadari wa kwanza anaondoa kasi, pumzi zi juujuu. Anamfikia mfalme)

Jemadari I: Mfalme na usowere wako wengi sana wamekataa wanataka wewe uende huko huko waliko, eti wewe si Mungu.

16

Mkazo:	Tosha! Inatosha tuende tayarisha vifaa'.
	Panga na silisili, moto kawaite majemadari
	wengine sote kwa pamoja tuende hima!
	Wanipuuza kiasi hicho wakione cha mtema
	Wamepauma pakavu.
	Kisha tutaona vile mzungu atakavyowakomboa
	Nitawachoma wazima.
	(Wanaondoka wote kwa pamoja na majemadari
	wengine)
Jemadari II:	*(Kanisani)*
	Nyinyi watu, jambo ambalo mmelifanya
	ni mwiko hapa kwetu tangu kizazi sijawahi
	kusikia kwamba mfalme alipingwa, mmekuwa
	wa kwanza kumpinga kwa ajili ya dini ya kigeni
	kwamba msimheshimu mfalme, hebu ngoja…
	(Wanaingia mfalme Mkazo, jemaderi I na
	majemadari wengine wengi)
Mkazo:	*(Kwa hasira kubwa)*
	Enyi vibaraka! Ndinyi ambao hamtaki
	kutii amri za mfalme. Nani kiongozi?
Muumini I:	*(Kwa ujasiri anatokea)*
	Ndimi kiongozi kwa upande wa Wasulenge!
	Nami namtumikia Mungu. Simchi binadamu
	Zama hizi ni za Mungu si za Mkazo
	Kama ni za mwangaza, si mwangaza kutukaza.
Mkazo:	*(Kwa ghadhabu)*
	Jemadari!

17

Jemadari III:	Naam!
Mkazo:	Kamfunge huyu!
Majemadari:	*(wote kwa pamoja wanamrukia muumini)* Lete mkono, fanya haraka, usilete upuuzi hapa Mfalme ni mfalme usilete ya kanisani Eti kiongozi kwa upande wa Wasulenge, wewe ni mfalme? Acha mchezo! *(Ghasia inaandelea hadi anatiwa nguvuni)*
Mkazo:	*(Kwa waliobaki)*
	Haya sikilizeni, enyi masalio sikilizeni Wangapi wana nia kama ya mjinga huyu?
Waumini:	*(Wote wanainua mikono isipokuwa wawili tu)*
Mkazo:	Majemadari, kawafungeni, mmoja kwa mwenzake Fanya haraka sana tuondoke, kasisi karibu atawasili Kuweni tayari kumkabili.
Jemadari I:	Tuko tayari mfalme!
Mkazo:	Haya basi, majemaderi wengine kichakani Mkazitafute kuni zinazozidi kuwaka vizuri zitoazo miale kuzidi Mienge ya wavuvi ziwani kwetu Kaghetse, kituo ni Kamakaa patakatifu Naam, penye kobe anayezidi ukubwa; ashuhudie wafanya vitimbi wanavyolipwa Kwa jeuri walijibu mfalme hivyo atawalipa Naye Koloni atasikia kwa furaha

18

Kwani kuangamizana ndiyo nia yake
Wengine atasajili ili vifo viongezeke
Nami sitakawia mwituni kuni ni tele.

Jemadari I: Vile wamejitolea, tafuteni kuni nao watabeba
Wakauonje moto wanaoutangaza
waone kiyama kama walivyohubiri
Yaani kukosa utii nayo pia ni dhambi
Naam waonje ni shida nasi tutashuhudia
Kitendo kizuri kama hiki chenye maarifa adilifu
Kwa wote nao wataitwa wasidini wafia dini
Naam mashahidi waongo wanaodhani mfalme ni
bwege wameona maji ya kunde wakadanganyika
Enzi za Kitwana mlifurahia, hizi za Mkazo ni
za mwangaza, unapenya kila kona na kumulika.
Ya apizo kufichua na jeuri kukanyaga sote ni
mashahidi
Nyinyi kwa upande wa maji ya kunde
Nasi kwa upande wa mila zetu za kijadi
Aisee! Kuni tosha! Lete wabebe!

Mkazo: Umenena vyema jemadari, enzi zangu si za
kutesa
Kitwana ni babangu mwema bali aliutesa ufalme
kwa kukubali wavaa kasiki kusowera nakubadili
mienendo yetu ya jadi nami ni tayari. Kasuku ni
kurunzi sikujua. Kwanza mlimpinga
sasa yu mwenzi bora. Hongera Kasuku wa
Mukidi!
Nami nimo njiani upande na upande
Tuanze upya maji ya kunde na vibaraka

19

wote waondoke sina mtwana wa kuuza.

Jemadari I: Majemadari, zungukeni vijijini kote
Kawaambie mfalme awataka wana wa Mkazo
Kushuhudia usiwe tena ni uvumi
Waziwazi akiwalipa wasidini mashahidi
Kwa bezo waliyozua nao kama chachandu
kupindana na kujipalia makaa.

Jemadari IV: Kuni tayari!

Jemadari I :   Wape wabebe!

Jemadari III: Na silisili je?

Jemadari II: Watembee hivyo na wabebe wasistaajabu
ya silisili, kuna moto mbeleni Kamakaa
Kobe yuko kushuhudia.

Mkazo: Haya twende! Ategaye mtego wa mamba
anakabili yoyote yanayojiri iwapo hajamnasa
vilivyo.
Hebu tuone ya mja mzito bila mzalishaji
Funzo hili ni tamu sana, kujitolea kuna wema si
kasoro na uamuzi wa mtu mzima si wa mkembe
mzima ajisimamia.
(Wanaondoka)

Kitendo cha pili

Onyesho la kwanza

(Njiani Budikilo, eneo la Kitimbi. Yumo njiani na wenyeji wengine wa huko)

Kitimbi: *(Anasisitiza)*
Vita vitakapoanza tunamtegemea Kasuku
kukimbilia sehemu hizi alikopenda sana
kutumikia enzi hizo za kubadilishiana bidhaa
Nanyi hapa msiwe kama watu wake
waliomuunga
Mzungu amekuja kutupasha mwangaza sisi
daima tumo gizani
Na mzungu ni mpevu kutushinda
Mikuki yetu haimwezi kwa hivyo mnapaswa
kujiunga kwa upande ambao mna hakika kuwa
mtashinda ili mwokoe maisha yenu. Si hayo tu
kuna pia jambo la dini kumcha Mungu si
binadamu.

Mwenyeji I: *(Kwa msahangao)*
Mbona wasema kumcha Mungu, si binadamu
bali wazungumzia mzungu je mzungu huyo
ndiye Mungu ambaye tunapaswa kumcha?

21

Kitimbi:	*(Kwa hasira)*
	Wewe unafaa kukuhasi ndipo utakubali kuwa mila zenu ni mbaya zinafaa kufanyiwa mabadiliko
Mwenyeji I:	Mimi si mtumwa wa mfalme eti atanihasi Mimi niko huru kunihasi ndiyo maana wamekutuma hapa?
	Kueneza ubeberu usidhani sote ni wajinga Nia za mzungu twazijua tumewasikia Tanzania tumewasikia Kenya, tumevisikia vita.
	Kisa cha Sultani kinasimuliwa kote na watumwa wanashuhudia, sasa ndiyo kusema nini?
Kitimbi:	Naona wewe ni mmoja wao.
Mwenyeji I:	Nani?
Kitimbi:	Nasema wewe!
Mwenyeji I:	Kisha ufanye nini? Wamekulipa nini? Kuwadhulumu watu wetu?
Kitimbi:	Sitakubali unisushe hadhi hivyo.
	(mara wanakamatana)
Mwenyeji II:	*(anawatenganisha)*
	Msiuane kwa mambo yasiyo ya msingi
Kitimbi:	Yasiyo msingi? Nyote ni wamoja Lakini subiri nimpashe Kovile hivyo vitimbi vyenu vitakwisha.

Mwenyeji I: Kovile ni nani? Sasa ndiye Mungu unayemcha?
Mbona huzungumzii Mungu tena uongo wako
Hata wewe unayesema humjui Mungu alivyo
Nasi tuna Mungu wetu si hawa maji ya kunde
Nasi twamsujudia si wewe, eti Kovile! Na aje!
Hana la zaidi mbona ameshindwa kumshika
Kasuku?

Kitimbi: Mimi ni kamishena nimeteuliwa na Yohane
gavana mkuu, makao yake makuu ni Kaghetse
bandarini ambako kumejengwa afisi za malkia
Na penda usipopende malkia ataongoza hapa
Nina uwezo wa kukufanya mmoja wa machifu
watakaoongoza nami… lakini kwa ujinga wako
huu huwezi hata kuwa mnyapara au msimamizi
kishamba kidogo hukiwezi.

Mwenyeji I: Sina haja ya kishamba, mbugani mna wanyama
Najilia nipendapo, siwi mtumwa kunifanya
msimamizi...
Vile sipendi kusimamiwa, nami sipendi
kusimamia!
Enenda zako ewe mkuu sijui kitimbi.

Mwenyeji II: Lakini sijaelewa vizuri wewe ni nani?
(Anageuka na kukabili Kitimbi)

Kitimbi: Vile ulivyosikia, vijiji vyote mashariki mwa
ufalme wa Kasulenge, nimepewa kwa uangalizi
Nami kama kamishana nina uwezo
wa kuharibu au kusamehe. Nimekuja hapa
kuwapasha habari kuhusu mipango mipya dhidi

23

ya upinzani, bali naona mu wagumu.
Kama mawe mmekataa nayo yatasagwa
Haidhuru mimi leo nitarudi huko niwapashe
Upinzani mlio nao hapa si shida kunipuuza
Nitakaporudi, sitakuwa Kitimbi wa kuviringisha
Nitakuwa yule wa kutoa amri nanyi mtakubali
Mkazo huyo atazimwa sijui hapa mnaye Mkazo
wenu?
Naye kama yupo ningependa nimwone.

Mwenyeji III: Mkazo kivipi? Tunaye chifu wetu ambaye ni
mkuu wa kabila letu naye hana uwezo juu ya
maisha yetu.
Anaongoza mambo ya utamaduni na kuelimisha
nidhamu mengine hatujui.

Kitimbi: Je, waweza nipeleka huko aliko mkuu wa kabila
lenu?

Mwenyeji III: Kwa sasa hayupo, vile yalivyo majira ya ukonzo
Ukimtaka utapaswa kusubiri majuma mawili
matatu ili atoke huko, ukizidi kusonga mbele
unaweza kumkuta mkuu wa wapiganaji, akiagiza
watakuua.

Kitimbi: *(Kwa uoga)*
Sasa nionyeshe njia iliyo karibu nirudi
ninakotoka hadi nitakaporudi.

Mwenyeji I: Kwa siku ya leo umenipona lakini bado
Nenda ukale kuku wako umepona kutolewa
kafara kwa miungu ya wapiganaji wetu.

24

Mwenyeji II: Hebu kaishike hiyo njia kuu kushoto kisha
pinda kulia nenda masafa mafupi utakuta bwawa
Naam si bwawa ni maji yenye kina kirefu
Usipojihadhari yatakumeza tumia akili vuka
ngambo. Tembea bila kupinda, hadi utakapoikuta
njia panda hapo chukua iliyo kushoto, kwa kila
njia panda
Utaiona miti mirefu, kuzidi ile unayoiona pale
Hiyo ni safari, kwa mwendo wa siku moja
Si ile uliyoitumia ya juma Nzima.

Onyesho la pili

(Kaghetse bandarini kwenye makao makuu ya Yohane, gavana mkuu wa Kasulenge. Kitimbi anaingia)

Yohane: *(Anamkabili Kitimbi)*
Nia imekuwa ndefu mno nami hata hivyo sina zaidi. Wamerikani waliweza kwa kuwa wote kwa pamoja walisimama.
Basi tukiwa na watu kama Kitimbi, Muhanya hata Kipono; Kasuku na Mkazo wataondoka. Hawana budi!
Nami nitasherehekea, bendera kupeperushwa mlingotini na kustaafu kazi bora kuitekeleza. Hebu niambie vipi mashariki?

Kitimbi: Huko nimetoka nao kama wajinga wengine hawajui litokako na liendako jua, ni punguani nikaja kwa msaada.
Wanahitaji mkono; naam, mkono si wa kawaida; wa chuma.
Nami nitanafidhi uliyonituma.

Yohane: Sikuelewi ewe Kitimbi

Kitimbi: Acha nisawazishe, wamehangaika kila mahali wapiganaji wao.
Si mzaha, naomba bunduki niwatembelee kwayo

26

Na amri zitakuwa hapo hapo sitaki msaada wa
binadamu.
Naam, nipe silaha nao watafanya kunitosha
nitashurutisha.
Nao kukutumikia hawatakuwa na budi nitajikane
mashariki.
Nasema Budikilo mimi Kitimbi wa Kasulenge
nisowere.

Yohane: Kwa bunduki si hoja malkia ameamua mkono
uwe wa chuma kwa msidini yeyote, nami
kutekeleza ni wajibu nifurahie
Budikilo kuongezeka ni idadi kamili nitoe ripoti
walivyofanya wavumbuzi na kushuhudia wema
uliojaa humo bondeni
Naye waziri wetu mkuu kushuhudia ilivyo lulu
isiyo patikana, na kustaajabia maumbile nasi
twapasakini kwa amri zake.

Kitimbi: Nitwae kiasi gani?

Yohane: Kadiri ile uwezayo kutumia risasi na bunduki.
Nami wachukuzi sikunyimi kwa vitumishi
vilivyojaa hapa kwangu na kila mtu ang'ang'ania
kumtumikia Yohane.
Nami kuwa kama malkia amri natoa nao
wafurahia;
Naam katoe zozote utazoweza kutumia, nitakuja
kwa uzinduzi.
Nikuvishe ujenerali kama Kovile mashariki
kutukombolea.

Kitimbi:	*(Pembeni)*
	Nini kimebaki? Si kitimbi tena nikiwa na risasi
	nitamzidi Mkazo kwa uwezo na taadhima,
	nami nitaamuru chochote nacho kwa nguvu zao
	watafanya nisiye kitu niwe!
Yohane:	Anayekataa usibembeleze, uwezo nimekukabidhi
	wa kuua na kusalimisha; asiyekucha hanichi, pia
	malkia.
	Huyo si wa kuishi, hakuna la badala, tekeleza
	wajibu.
	Nami nitahesabu mafuvu, nazo nyota za vyeo
	utaongezewa.
	Uwe jenerali alivyo Kovile, utoe amri wa
	kaburini wasikie.
	Kipeto chako kitajaa fanaka, kujiwekea nao ni
	msingi imara.
	Si yale ya vita vya dunia, ambako wapiganaji
	walitoka bure.
	Damu na miili yao, kupoteza bila malipo, ila
	kwa ulemavu.
	Wengi wakajaliwa, kubaki kujigamba, nami
	nikapigana
	Kuvishiriki vita, ambavyo havikufaidi, nenda
	Kitimbi mwema
	Pokea kila la heri na uongoze!
Kitimbi:	Wako wapi watumishi uliosema, nao waje
	wajinyakulie nafasi katika ufalme wa malkia
	mpya, wasiwe wanahadithiwa, bali wawe
	wahusika katika kulijenga taifa mpya, la mseto

mzungu na mwafrika nao huduma kutoa, si hiari
bali kwa shurutu.
Kasuku na Mkazo watashuhudia mbegu za
bunduki si mkuki.
Wa mkuki hajifichi kichakani, kushambuliwa
si kazi ila wa mtutu amtafuta hata chini ya maji
kumtoa, kumwapisha ashuhudie ufalme ulio bora,
si Bupomboli wala Kasulenge.
Ufalme mpya wa wacha Mungu na kwa
wasiomcha Mungu.

Mtumishi I: Tayari bunduki tumepata nawe kutuongoza
twasuburi.
Kitimbi mwema usiwe na wasiwasi, tuko tayari
kwa kokote utakako tupafike, tukikubebea
mzigo ulio mzito ili majina yetu pia katika
kumbukumbu za wahudumiaji wa malkia tumo
wala hatukubali kutolewa, nasi kama wenye
bahati twafurahia mzigo huu wa mashujaa
kitalini, nani asingependa kushiriki na mzungu.
Hata kumgusa naona nasibu, hasa mzigowe; ee
nyie wenye bahati.
Nami vitukuu nihadithie, kuubeba!

Mtumishi II: Mimi usiniweke kwa kikundi hicho, ambacho
utwana ni ufunguo wa furaha yao, ningebaki
nilivyo, bali utu wangu na wema ni hifadhi.
Nisiwe mzungu kwa vitendo na hali nibaki
mweusi. Sioni faida ya kunifanya nimtumikie
mtu, ili cheo kwa tamaa apandishwe ya nini na

29

kikuli kueneza, kwa silaha za makatili kukwea utukufu.
Na ushenzi kukamilisha, kujulia mzungu, katutega kwacho chombo
Nasi twafurahia uhalifu wake, na kujigamba kwao.

Kitimbi: Mtumwa daima haridhishi mwenyeji wake nalo ni jifya.
Wajua moja haliinjiki chungu nawe kwa ujinga wafikiri wewe mmoja utaweza vita kumshinda mzungu wakati dunia nzima imeenda kichaa?
Kumuunga mkono si kwa namna nyingine, bali kwa risasi ashurutisha.
Sasa waweza jikomboa kwa wako mkuki usio makali nayo ya kinoo utapweta.

Mtumishi II: Siku moja itafika, katika huu ufalme,
madhila yatakwisha kwetu tulioduni. Mfalme akatuongoza yake tukashuhudia, mzungu naye pia anataka kwa bahati mbaya au nzuri, ni mzima nimeshuhudia.
Yasemwayo yapo, kama hayapo yaja, nasubiri hadi ukombozi murua utakapojitokeza na mabadiliko.

Mtumishi I: Mimi namchagua aliye na uwezo, sijali mwisho utakuwa vipi.
Ya leo nakusudia mno si sawa na nisiyoyaona yenye neema kwa ahadi na matumaini tasa, yasiyo na thibitisho leo ewe Kitimbi mwema

Tuondoke ningependa nishuhudie mamlaka yako
kutekeleza.

Nami unikumbuke utumwani unitoe, niwe
kiongozi kwa niaba yako ukosapo.

Kitimbi: Maombi nayakubali. Sina uoga. Tuende huko
walikonipumbaza.

Wanamashariki kunibiringisha, na kunifanya
mjinga kutoa amri bila silaha mikono mitupu, ni
mashujaa wa mashariki.

Sasa watashuhudia kwa kishindo nawaliwata,
kama sisimizi. Nitawaponda kwa mlio, vimama
na vitoto, heri walioaga dunia.

Kwani wao hawatashuhudia pigo lenye dhoruba
kali na kumcha Kitimbi, mzungu mweusi laiti
ningemwona Kasuku, kimasomaso nimusute kwa
ujinga kupigania vya kale eti ni asilia.

Onyesho la tatu

(Kilimani katika kambi ya pili ya walenga Kasuku amewatembelea wapiganaji wake. Kasikinya anaonekana akizungumza na Kasuku)

Kasikinya: Wanahitaji kupumzika baada ya uvamizi ambao umestaajabisha Kovile na wapiganaji wake aliowakodi kwa kipeto tosha cha kuwagharamia maisha yao.

Kasuku: Nawapongeza kwa ukakamavu walioonyesha mbugani.
Kovile ametambua kuwa hivi ni vita vya utu dhidi ya unyama.
Ninakubali pia kasoro iliyopo kwa upande wangu Kama mfalme nafikiri kuwa kila kiumbe ni changu; nitabadilisha mara tu nitakapovimaliza vita hivi umekuwa ni uzinduo mkuu kwetu tunaojiita wafalme.
Tuzindukane kotekote na uwezo tulionao umekithiri wenyeji kuwafanya watwana. Si haki bali kwa shukurani chungu tumbi nawapongeza wapiganaji chini ya Yarwa, Kasikinya alitenda vyema kwa mawazo aliyochangia, nao wanawake wetu wakatekeleza bila kukosea. Nina mengi lakini kwa sasa ni heko kwenu nyote, wanakasuku

wa Mukidi, Walenga ambao mmesimama na
Kasuku kutomsaliti, naye yu papo.

Yarwa: Mfalme tunao watatu, waliosalimu amri nao
wakaomba msamaha kutoka kwako tayari wako
mikononi mwetu. Nasikitika iwapo nitakuudhi
bali ukijali machache si makosa wakikuona
wenyewe wakajisemea.
Nia yao ni kukujulisha kungali mapema.

Kasuku: Kawalete! Naam kazi nzuri! Nao tutawalisha
neno la umoja ambalo ni kampeni, ambayo ni
kipaumbele kwa Afrika ya leo;
Ya muungano kwa madhumuni ya ushindi
kisiasa, kiuchumi pia kiusalama, kawalete! Shaka
sina nao ni wajukuu wa Nyatworo!
*(Yarwa anaondoka mara anaingia na mateka
watatu)*

Yarwa: *(Ananyenyekea)*
Mfalme, ni hawa watatu mateka waliojisalimisha
jana vitani.
Silaha zao kukwama nao bila ujuzi
wakayasalimisha maisha mikononi mwetu.
Nasi kwa furaha ya uwezo wetu tukapokea
maombi yao kutowaua na nia zako kutimiza, ya
ndugu kutoumizana nasi kwa elimu mahususi
tuliyopewa na Kasikinya.
Jemadari kamili tukaapa kutowaangamiza ni
damu yetu.
Kuwapokea ni kwa utumishi wako.

33

Kasuku:	*(Anawapiga pambaja mateka kwa furaha)*

Haya basi nawakaribisheni katika kambi yenu hii kwa niaba ya walenga wote wapiganaji, wanakasuku. Ninasema kambi yenu kwa sababu huko mlikokuwa mlipotea, mkawekwa kizuizui nanyi bila macho mkashika silaha na kuanza kufyatua mkilenga kule msikoona, kumbe ndiko waliko ndugu zenu wa damu. Kwa bahati nasibu mkasalimika kurudi kwenu.

Kama wapotovu si makosa, shida si nyinyi ni tamaa ya baadhi ya watu wetu ambao watalipia usaliti ambao wameufanya kuuza wenzao utumwani na kuwapokonya mali zao kwa ahadi tupu za bunduki na kupewa udongo ambao tangu waliumiliki, naomba wajitambue.

Mateka I: *(Kwa uoga)*

Ninaitwa Dengi Marjani. Si mtu wa hapa, huko tulikotoka si karibu hata sijui sasa uelekeo wa huko kutoka hapa tulipo kutoka sehemu ya wamanuba kabila langu.

Mateka II: Naitwa Musoke, mimi na wenzangu ambao bado wako na Kovile ama wamekufa sijui. Tuliletwa kutoka Kaghetse bandarini mvuvi baba aliombwa achague moja kwa mawili: yeye mwenyewe kama mpiganaji au wana wawili, nami pamoja na ndugu yangu tukakabidhiwa mwanamme mmoja hadi kwenye makao makuu afisini mwa Yohane.

34

Mateka III:	Jina langu ni Olimi. Mimi na rafiki yangu, tukitoka mtoni, tukamkuta mzungu mmoja na wanaume wengi njiani karibu na mto Aswa wakatuingiza katika mtumbwi na kutuvusha hadi huko mbugani na kupewa mafunzo ya bunduki.
Kasuku:	Kasikinya!
Kasikinya:	Nguruma ewe mfalme unenaye na chui!
Kasuku:	Umewasikia dada?
Kasikinya:	Ndiyo!
Kasuku:	Utaondoka nao kambini kwako huko, wafundisheni sheria zetu Nawataka tena baada ya siku tatu. *(Anakabili Yarwa)* Ewe Yarwa mwema sikiliza, wafundishe vijana wako kambini Kutoendelea kuzozona. Hayo nimesikia, wasiondoke ovyo yaelekea Kovile anakusudia hapa, kuweni tayari kwa yeyote ninashukuru hivi vita naona vimekwisha na ushindi ni wetu – Huree Wanakasuku!
Walenga:	Hureee!
Kasuku:	Hureee Kasikinya!
Walenga:	Hureee!
Kasuku:	Hureee mateka!
Walenga:	Hureee!

35

Kasuku: Naam, kazi nzuri, mimi karibu nitaondoka, hapa tulipo si pabaya

Walifikiri kuniondoa Kikyo ningeshindwa kupigana. Nimesikia wapiganaji wangu wote walioshikwa siku hiyo wameuawa

Lakini wakae wakijua kuwa damu yao haikumwagika mwambani. Udongoni ilipomwagika itaota na kuchipuka na kutoa Kasuku zaidi ya mia moja.

(Anamkabili Kasikinya)

Haya naomba kuwaacha hapa, nami, wapiganaji wawili kwa usalama nahitaji tafuta wale ambao jana hawakufanya kazi ambao bado wana nguvu.

Kasikinya: Jemadari Yarwa!

Yarwa: Ni tayari kwa utumishi wako.

Kasikinya: Wapiganaji wawili kwa usalama wa mfalme, naye ameshuhudia ushujaa wako na tayari nyuma yako akutakia baraka vita vyema kupigana. Wapangeni wawili kwa usalama, Kasuku aondoka!

Onyesho la nne

Kamakaa, sehemu pa kuwaadhibia waumini waliojiunga na dini za kigeni ambao walipinga amri za Mfalme Mkazo wa Kasulenge.

Jemadari I : *(Kwa sauti kubwa)*
Moto tayari! Naam tayari naona ndimi zake
zikitoa cheche ambazo kwazo wasidini watalipa
hongo ya mfalme Mkazo kumpinga: na iletwe
pombe yetu ili kuwasafirisha vyema mizuka yao
isije ikaturejelea na kutuomba mvinyo ambao
watenda madhambi hutoa kama fidia ya kutotii.

(Kwa jemadari II)
Kamwambie mfalme kuwa yote ni swari
Na upepo umetulia pia na mawingu kumpa
Mkazo kivuli chake maridhawa hicho aitekeleze
mirimo yake kutoacha nasi wajukuu na wana
kushuhudia hiki kitendo kilicho chema kwao.

Jemadari II: Na watu wetu je?

Jemadari I: Nao waje.Naam, waje hapa
tulipo kutoa ushuhuda juu ya nguvu
na uwezo wa mfalme Mkazo
Naye kutompinga asili na liwe
ni igizo mwafaka; waje jemadari
mwema, na waje.

Jemadari II: *(Kwa jemadari III)*

Hebu wewe! Njoo! Nenda kawaeleze wote kule walikokusanyika nyuma ya mti, ole wale wenye nyoyo hafifu na macho yaliyojaa machozi yasiyoweza kustahimili kioja, bali kwa mujibu wa mila zetu naomba watulie kama maji mtungini. Wasifurukute na kuloloma wakija kushuhudia wema na ubaya wa kutii na kutotii nami naenda kwaye Mkazo.

Nimtaarifu sina shaka mimi ni mfuasi, mwenyewe aamua hukumu na iwe yake na vyovyote vile miongoni mwetu tusilaumiwe kwa mkono.

Matekelezo ni yetu, enenda mara usichelewe!

Jemadari III: *(Kwa waliokusanyika)*

Naomba msururu mmoja mfuatane, uelekeo ni kule moshi mwema utokako kwa harufu inukiayo, naam! kufukiza sehemu patakatifu petu hapa kwa amri zake Mkazo. Sikuze kufupisha si ramli yangu bali nyota yaonyesha na mawingu kutotembea ni maana kuwa ufalme wake waweza kuendelea kukwama sijui kitu.

La kuvunda ni lake…kutapatapa motoni ni kwa wafiadini.

Ni kitendo hatima cha wake ufalme na miungu kutoridhika.

Bali sisi wanaoshuhudia tuwekeni kumbukumbu wajukuu na vitukuu kukumbukia, naam, kuwa ni kumbukumbu.

Kukumbukia nami nipo macho siyafungi ni
wazi ila wenye nyoyo hafifu potelea mbali bali
usitambulike,la sivyo
Pia ni kama wao wafiadini ya mzungu kufurahia
Haya tuende!
(Wanaingia Mkazo na machifu wengi pamoja
na majemadari wake wengine. Miongoni mwa
wanaoingia naye ni Kisiu ambaye alibatizwa
hivyo majuzi)

Kisiu: *(Pembeni)*
Endapo atatambua kuwa nami nimebatizwa
Nitauonja moto bali kwa hila niliyoitumia sina
shaka.
Siuingii moto huo; mimi ni Kisiu nikiwa na
mfalme.
Nikiwa na Yohane jina langu ni Yuda si Kisiu
tena.
Nami sifi pekee pia Muswagha na Kipono sote
tulivyojiunga na kubatizwa na mzungu tena sote
tuna njama, nami kuitaja; sifi kamwe kabla sijafa
Nitataja!

Mkazo: *(Kwa ghadhabu)*
Enyi wana wa Kitwana, tabia gani hii ambayo ni
makosa
Kamwe tangu zama zetu,niliyemsikia nikiwa
mkembe hasa kupinga amri za mfalme, nastaajabu
kuona mwasusa.

Kisiu:	*(Anainua mkono)*
Mkazo:	*(Kwa mshangao)* Ee,ni nini ewe Kisiu msomi wa Kitwana na mwiba? Una ushauri gani nao tuusikie?
Kisiu:	*(Anainama kuonyesha utii)* Watu hawa wamekosea, na usowere ewe mfalme Mkazo.Lakini kunaweza kuwa wale ambao sio, nao wameshurutishwa kuuingia moto kwa sababu wanao uoga pia na kuchekwa na labda wangependa kubadilisha nia zao pia na msimamo wao hivyo ningeomba kawape nafasi wataje, kabla hawajaingizwa naona cheche…
Mkazo:	*(Anakatiza)* Hakuna la badala hapa!...walitenda wakijua Hawawezi tena kubadilisha nia, hata hivyo sitaki masuala mengine yanayonipotosha sasa nimo kazini pa babu zangu mila kutetea, najali. Iwapo wawahuzunikia, utakubali kuwa mmoja wao? Nami ni tayari vile ulivyo!
Kisiu:	*(Anaanguka na kulala chini kunyenyekea)* Na usowere mfalme Mkazo, si mmoja wao wala kuwajua. Kwa Mungu wao siwi shahidi, kunradhi mfalme nimekuudhi.

Mkazo:	Haya basi, (*Kwa waliokusanyika*) hili ni funzo kwenu.
	Nyote mtakaozipinga amri zangu na za mzungu kushikilia!
	Hapa si uzunguni, nao waja kwa nia fiche na utawala.
	Nalo babangu hakujua laiti angalijua asingalikubali kudunishwa kwa aina hii kuendelee, nami kama alivyo mfalme Kasuku wa Bupomboli nimekataa kata kata.
	Nenda mkawaambie wote, hata na machifu kokote waliko watoke huko. Kasulenge haitauzwa kwa maneno tu na bunduki zisizo na maana ila wenyewe kuumizana.
	Kwangu ambaye nimeishi nikila kutoka porini Na bila zao bunduki kutumia ni mkuki wangu kiasili.
	Siendi nami sitakubali utwana kwamba nichezewe!
	(Kwa majemadari)
	Je, ni vipi?
Jemadari I:	Tayari!
Mkazo:	Haya, mmoja mmoja, kila mtu upande wake anza kuwapanga sehemu ya miguu itangulizwe motoni!
	Ndani mle moto mkali na maumivu hayo Kwa uchungu wa moto yapande na kichwa kiwe mwisho ili wauhisi barabara uchungu huo waliojiamulia

41

	Mila zao kusaliti na kuchangia ukoloni kwa wanetu kuuzwa bila ya kutoa sababu!
Jemadari II:	*(Anamwingiza wa kwanza. Mfiadini anaomba anapoingizwa mle motoni. Jemadari anasubiri kusikiliza maombi. Watu waliokusanyika wanafunga macho yao)*
Mfiadini I:	*(Anaomba)* Nimeamua kukufuata ewe mwokozi Yesu nawe unikumbuke, usiniache siku ya mwisho nao ambao daima wako gizani kama ilivyo miili yao naomba uwasamehe baba, kwani wanayoyafanya hawajui vile ulivyowasamehe hasidi walokusulubisha. Bali kwa uwezo ukafufuka nami nifufue!
Jemadari I:	Usisubiri amalize hayo maombi yake…ni uongo hakuna muujiza hapa…wamekosea hilo ni wazi nasi mbele ya mfalme kwa utiifu hatuna budi kushuhudia mwisho wa upotovu wa kijinga
Mkazo:	Aisee! Haya! Wote waingizeni mara moja Hakuna tena ya mmoja mmoja, haraka unguza Naona umezuka urafiki wa usaliti hapa…nami si tayari! Enyi majemadari kipindi gani hicho? Niacheni niusikilize unyende mara moja Haya wote tupeni motoni mara moja, tupa!
Jemadari I:	*(Anakazana na waliobaki)* Obaa! Nyote majemadari…saidia, tupeni Hivyo vilivyobaki ni viwiliwili si binadamu tena

42

Ongeza kuni wakate roho kabla ya kamba
kuvunjika.
Basi! Kazi kwisha, na usowere Mfalme Mkazo!
(Wafiadini wanasikika wakilia mle motoni kwa
sauti, mmoja mmoja wanakata roho na kote
kuna kimya. Mfalme na wengine wote
wanaondoka)

Kitendo cha tatu

Onyesho la kwanza

(Budikilo,katika kijumba cha chifu Abon, mkuu wa Wadikilo mashariki mwa Kasulenge. Kitimbi pamoja na watumishi wake wanaonekana mle ndani wameketi huku Kitimbi akiwa anaongea na chifu Abon)

Chifu Abon: Ndiyo mgeni wangu, wakaribishwa hapa kwangu Eneo la Wadikilo, linalojulikana sana kama eneo la mwingiliano kamili, wa kina babu zetu pande zote zama hizo za tuhame tuhame nami kama mrithi nashikilia uhusiano mwema kutosahauliwa.

Kitimbi: Naam si mgeni hapa tena, nimekuja sasa ni mara ya pili.

Chifu Abon: Wewe ni nani?

Kitimbi: Mimi ni kamishena wa gavana Yohane, kwa niaba ya malkia kusimamia enzi zake hapa mashariki.

Chifu Abon: *(Kwa mshangao)*
Kamishna?

Kitimbi:	Ndiyo. Sasa kila kazi hapa itaidhinishwa kwa ruhusa yangu nawe kama chifu utanitafutia vijana wenye nguvu, kunitumikia wengine kama askari na wengine mashambani, tayari kulima
Chifu Abon:	*(Anajaribu kuita wapiganaji wake)*
Kitimbi:	*(Anafungua mzigo mmoja na kuitoa bunduki na kuiweka tayari kwa matumizi)*
	Chifu Abon, huna haja ya kuita, nimekuja kwa mpango kamili kuziba hii barabara ya Kasuku ili asitoroke na yeyote atakayekuwa kizuizi hana budi atakufa. Yohane ametoa amri naye ni gavana.
Chifu Abon:	*(Anaweka mikono juu kusalimu amri)*
	Sikusudii kukukataza, bali samahani iwapo hukunielewa.
	Niliwaita kukusaidieni na kukuonyesha yatakapokuwa mastakim yako mapya kama kamishena, msimamizi mwema.
	Kuniradhi mheshimiwa iwapo ulikereka.
	(Wanaingia vijana wapiganaji tayari kwa mapigano. Wanashtushwa kumkuta chifu wao chini kwenye magoti huku mtutu umemlenga nao bila kujua wanajikuta chini magotini.)
Kitimbi:	*(Anawalenga)*
	Nanyi mmejiunga, haya basi, haraka sana songa karibu naye! fanya haraka!

Vijana: *(Wote wanasonga wakitembea kwa magoti)*
Tusamehe hatukujua, sisi ni vijana tu, na tuko
tayari kwa vyovyote utakavyotuomba, usije
ukatudhuru tafadhali samehe pia chifu si mtu
mbaya. Samehe tafadhali, samehe tafadhali!

Kitimbi: *(Analegeza)*
Haya basi kaeni chini tukaongee, nami ni mtu
wenu mwema.
Sijaja kuua bali kushirikisha, kazi zenu nitahitaji.

Chifu Abon: *(Anasuguasugua magoti kwa mkono kuondoa
uvumbi)*
Asante sana mheshimiwa kamishena, sasa
utaniambia ni wapi ungependa iwekwe nyumba
yako ya malazi na sehemu pa kuweka afisi zako
nami sitakawia, vijana kwa ari watamaliza siku
mbili.
Nami nitawasimamia kazi nzuri kutekelezeka.
*(Wanaondoka mle kijumbani na kutembea
masafa mafupi sana karibu na kijumba hicho
kitalifa kidogo kushoto mwa vijumba vingine
vya chifu Abon)*

Kitimbi: *(Kwa kuelekezea kidole)*
Ni pale. Sehemu pazuri pa kuchunguzia sehemu
zote za barabara kuu hii nao askari wangu kwa
zamu watalinda pande zote za barabara
Kusitokee mwovu kunidhuru, ni hasara kubwa
Kasulenge.

46

Chifu Abon:	*(Kwa vijana wapiganaji wake)*
	Haya basi, fanyeni hima kila mmoja, kawajulushe wenzenu wasio hapa ni ujima kwa kamishena, naye leo atalala kwangu, bali keshokutwa nyumba tatu; moja kwa wenzake, nyingine kwa afisi na ya tatu malazi yake haraka kwa ujima.
	(Vijana wanaondoka chifu Abon na Kitimbi wanabaki pamoja na watumishi wake)
Chifu Abon:	*(Anakabili watumishi)*
	Halafu hawa ni watu gani?
Kitimbi:	Hawa wameteuliwa na gavana kuhakikisha kuwa maisha ya kamishena na kila kitu chake, kiko salama. Mizigo hii imejaa vitu vyenye thamani kubwa, na kama ungezidi kwa ujanja ungekiona cha mtema kuni.
Chifu Abon:	Kweli utanisamehe, nami nimesikia kuwa Mkazo naye amepinga
	Mimi sipingi sina nguvu za kupigana na anishindaye, bali msamaha.
Kitimbi:	Usijali nawe utapewa kiasi cha shamba ulimiwe, tutapanda miti yakila aina
	ambayo hujawahi kuiona, na mimea kwa mapato yako na zaidi...
	Utafunzwa namna ya kutumia bunduki ya kizungu.

Chifu Abon:	Kila siku nikisikia kuwa ni hatari sana kumbe nitakuja kuishika mikononi mwangu, karibuni u mtu mwema.
Mtumishi I:	*(Kwa chifu Abon)* Naona ni heri viletwe viti, tuketi hapa nje, kuliko kuingia ndani mle ili tuchunguze wale wanaoleta vifaa vya kujengea.
Mtumishi II:	*(Pembeni)* Sasa hayo yakuhusu nini? Pia u mtumwa? kitumishi cha kubeba mizigo.
Chifu Abon:	*(Anaita mkewe)* Wa hapa!
Kulo:	Bee!
Chifu Abon:	Hebu viti hapa! Kwa wageni na kamishena, fanya hima lete waketi hapa uani kwenye hewa baridi, chini ya kivuli hiki kamishena apunge upepo.
Kulo:	*(Anapiga magoti kusalimu)* Karibu kwetu, hamjambo, tumewafurahia karibu tena.
Kitimbi:	*(Kwa bezo)* Asante nasi twafurahia kuwakuta wazima, na wazima mtaendelea
Chifu Abon:	Ni mke wangu wa kwanza, wa pili na wa tatu wamo shambani pamoja na watoto wengine.

48

Kitmbi: Mbona wengi sana, wote hawa ni wa nini?

Chifu Abon: Mimi ni chifu bwana kamishena hata na hao ni wachache.
Hayati baba yangu alikufa akiwa na wake kumi na mmoja
(Anaonyesha kwa kidole)
Ule mlima unaouona mbele yako na vijumba vilivyoko ni mastakimu lakini mimi nilichagua kuishi hapa bondeni yaani kupanda na kushuka kilima kila siku ni mazoea magumu sasa watumishi wangu ndio wanaoishi huko pamoja na ndugu zangu na kina mama zangu hao wajane.

Kitimbi: Kwa hivyo ndiwe uliyerithi mamlaka ya baba yako ya uchifu?

Chifu Abon: Ndiyo na mke wangu wa mwisho alikuwa bado yu mtoto. Alipoletwa amekomelea kwangu naye anaenda kujifungua miezi mitano ijayo.

Kitimbi: Nyote ni sawa. Na Mkazo wa Kasulenge ni hivyo wake anao kama watano hivi, lakini yeye si kama hayati babake Kitwana ambaye alizaa na kila mwanamke aliyempenda hasa katika ziara naye hatasahauliwa. Kote Kasulenge wamejaa wana wake nao wenyewe kugombana watamalizana, eti!

Onyesho la pili

(Budikilo.Wenyeji, wanawake kwa wanaume kwa jitihada wanashughulika kwa kazi ya kujenga makao mapya kwa kamishena Kitimbi)

Kiro: *(Kwa sauti ya chini)*
Naona chifu Abon amefedheheka kiasi cha kumfanya mtu ajitie kitanzi, umeshaona hayo?

Mbui: Kila siku akijiita mume wa wame, naye keshampata mume wa mume wa wame, uliyazingatia hayo?

Kiro: Ati,panya hutawala aondokapo paka bali ajapo mkia hukunja na kujikunyata, kumbe hawakukosea wahenga?

Mbui: Nasi wake tumekuwa na wake wenza kwa wingi kazi za bwanetu swari, naye atakuwa mfuasi?

Kiro: Ndiyo, dunia kumbe ni mdahalo ama hujui?

Mbui: Vipi, waweza kufafanua?

Kiro: Hakuna mdahalo wa mmoja kama ulivyo ujima ndivyo yalivyo ya ulimwengu umeshajua sasa?

Mbui: Nasi mtungini twalia na kutapatapa, au siyo?

Kiro:	Ndiyo.Heri chura akilia majini ni uhuruwe kujiheshimia na furaha kwake hiyo si kusherehekea?
Mbui:	Kwetu binadamu mtungini kitumwa twapiga unyende!
Kiro:	Nayafurahia mabadiliko nasi wake twatambua mume ana mume Nao wake wengi wafurahia, hebu tuone anayetenda kutendewa! Si mkuki kwa mnyama? Na kwa mume je?
Mbui:	*(Anatahadharisha)* Shu! Nyamaa usimwage mtama, naona yuaja! Mkewe ukamwona?
Kiro:	Nani aja? Afanye nini?
Mbui:	Kulo, mke wa Abon chifu wa Budikilo, aliyekuwa chifu bado yu chifu?
Kiro:	Na aje. Mdomo uliokaribu ndio unyafuao bali usiotoka mekoni huharibu mapishi, na aje yu wapi? *(Anaingia Kulo anakibeba kitita cha nyasi na kukibwaga chini)*
Kiro:	Pole kwa kazi bibie.
Kulo:	Hei! Ho! Mgongo ni wangu.
Kiro:	Hilo hukujua?
Mbui:	*(Anacheka kicheko cha kuweza kumtapisha mtu)*

Ajua.

Kulo: Jamani, nasi tu binadamu huko mashambani ngedere wamemaliza mahindi sisi tuko hapa kwa shughuli zisizoeleweka.

Mbui: *(Anazidi kucheka kicheko ambacho kinazindua pia Kiro na Kulo kucheka karibu wavunjike mbavu)*
Aisee! Usiniue kwa kicheko mie.

Kiro: *(Bila kujua aseme nini)*
Eti, eti hata sijui na hii miti yote ni kwa kijumba kimoja?

Kulo: Kimoja? Bwanangu kaniambia usiku kwamba ni tatu zitakazojengwa kisha utajengwa ugo mithili ya ule wanaojengewa mifugo kama zizi bila nafasi kusaza, mbona tumepauma pakavu patakatifu, hei Kitimbi!

Kiro: Uzima wetu sasa umeelekea kutwana, sioni wa kutukomboa. Kina ni kirefu

Mbui: Matumaini ni haba bali watakaozaliwa nawaogopea

Kulo: Mume wangu pia kaniambia kuwa Mkazo na watu wake karibu watazimwa

Kiro: Iwapo Mkazo amekubali hayo sisi hatuna budi kunyenyekea.

Mbui:	Halafu mfalme Kasuku wa Bupomboli majira yake bado au kasalimu amri?
Kulo:	Nilicheka jana karibu mbavu zivunjike mume wangu aliponiambia kuwa mfalme Kasuku amebakisha nusu ufalme wake hata makaburi ya babu zake hajui yalivyo.
Kiro:	Hayo ni makubwa zaidi, kila siku tukimsikia Kasuku mfalme wa Bupomboli hewa nayo hutetema.
Mbui:	*(Anatanabahi)* Jamani wametuacha, hilo gumzo tutaendelea nalo njiani au siyo?
Kulo:	Ndiyo wasije wakatushuku kuwa na mengine mbali na kazi ya kamishena nami sijazoea.
Kiro:	Hujazoea nini bibie?
Kulo:	Kumtaja huyo kamishena Kitimbi nilikuwa nimezoea tu chifu Abon wa Budikilo naye sasa kanyata yuachunguza kwa umbali kama kuku mgeni.
Kiro:	Hayo yawe mazoea kutupatia mafunzo nasi si wa mwisho wala wa kwanza, mcheka kilema kumbe kwao yuko.
Mbui:	Hivi vipago vya ngazi yetu hii vimepanuka kiasi cha kumfanya hata stadi wa kukwea aangushwe, tuondoke. *(Wanaondoka wakiendelea na gumzo lao)*

Kulo:	Vijana wetu siku ile walijaribu kumtetea chifu Abon bali uwezo wao ni ule ule waliouzoea, mikono mitupu kubiringishana. Naye kamishena kaja nazo bunduki zilizotundika nyoyo uchagani.
	Nami roho ikanidunda kama ngoma ya Wamasaba na Wakonzo unyagoni nikifikiri mume wangu atapigwa, mimi na wanaangu zikiwa si zetu, hakuna aliyemwahi miongoni mwetu.
	(Wanaingia katika kichaka kule kuliko na nyasi wanazozibeba, kila mtu anatwaa kitita chake)
Kiro:	Na hii ndiyo safari ya mwisho naona tayari kazi inaanza. Naye Kitimbi ameketi akichunguza kama simba mawindoni asipitiwe.
Kulo:	Na mume wangu kwa pwani habanduki, kazi bora kushuhudia, asishindwe kutekeleza nayo ni sharti kwa uhusiano wa kirafiki bandia na kuupanga ni nyota njema kunuia nami mkewe natamauka.
Mbui:	Ewe Kulo usingekuwa na wasi zilivyo zetu nyoyo, yaani wako ana msimamo kwa kumkaribia Kitimbi naye atamwiga kujiokoa, amsome!
Kiro:	Eti waume wetu siku hizi wanajali tuu uvuvi si uongo nao mamlaka wamepoteza kushughulikia tu kitoweo wajipange kujihami na njia nyingine kujitetea. Kila siku Kaghetse na samaki hawaleti.

Kulo:	Sote kwa pamoja kama Nguchiro foleni twajipanga shida ni kutojua.
Kiro:	Umenena vyema lakini kadiria naona kitalifa ni kifupi watuchunguza. Naona wake wengine tayari mitungi wamepakata mtoni kuchota ya udongo nasi tuwawahi tusijitenge.
Mbui:	Bora kazi yaendelea naye atalala kama Abon wa Budikilo aliyekuwa.
Kulo:	Hata nilipo sijaelewa bwanangu ataitwa na kupewa cheo kipi katika mpangilio mpya wa kikamishena, Eeh bwanangu!
Kiro:	Wataleta machifu wengine naye atakuwa chini yao kwani lugha ya kikamishena ni mpya kwake naye hawekwi shahidi.
Mbui:	Lugha ya kikamishena ni ipi?
Kiro:	Ni hiyo ya kikamishena.
Kulo:	Sisi tulijua ya chifu Abon wa Budikilo, sasa ni kamishena Kitimbi Anasema mashariki ya Kasulenge au Uluwa kusikia Budikilo hataki Amebadilisha jina, hiyo si lugha ya kikamishena?
Mbui:	Waama kikamishena.
Kiro:	Ndiyo, kikamishena.

Onyesho la tatu

(Ziwani Kaghetse bandari kwenye makao makuu ya Yohane. Afisini Yohane ameketi ana mambo machache anayoandika mara wanaingia Kisiu, Muhanya pamoja na Mwiba wanaonekana wachovu na dhaifu kama wanariadha wa mbio za masafa marefu)

Yohane: Karibuni ndugu wapole na poleni kwa safari.

Kisiu: *(Anaonyesha huzuni)*
Wamekufa wote…

Mwiba: *(Anakatiza)*
Nasi tumeponea almanusura!

Muhanya: *(Anashtukia)*
Sikuwepo bali kisa kimeenea kote, nami nimesikia; kwa moto!

Yohane: *(Kwa msahangao)*
Hebu kamilisheni maneno yenu nyote, mwazungumza kwa pupa kuna nini?

Muhanya: Waliwatoa kanisani. Walikuwa watu saba… la, sita *(kwa Kisiu)*
Hebu saidia walikua saba siyo au sita?

Kisiu: Watu gani?

Muhanya:	Waliochomwa na Mkazo mfalme asiye na dini
Kisiu:	Ndiyo gavana Yohane walikuwa idadi yao saba.
Yohane:	(*Anatupa kalamu chini kwa hasira*) Eti nini, nani kawachoma na kwa madai yepi?
Muhanya:	Mfalme Mkazo aliwaita. Wote wakakataa katakata, kwake kwenda. Wakapuuza amri eti yeye si Mungu kuwapasa kumcha hivyo sijui nimesikia.
Yohane:	Halafu?
Muhanya:	Akatuma majemadari wake, wakawafunga naye kaja kutekeleza ukatili wake motoni wakifungwa kawatupa, nao msamaha kweli wakakataa kuomba waliitwa wafia dini wasidini. Nasikia ndivyo alivyosema mmoja wa majemadari.
Yohane:	Hayo mnayoyasema ni ukweli? Au mnajaribu kunichezesha kayamba? Ikiwa ndivyo nami si tayari. Kucheza ya kitoto sifurahii.
Kisiu:	Ukistaajabu ya musa utaona ya firauni. Nasi kukueleza wastaajabu Sisi tumeona kwa macho mawili kila mmoja ameshuhudia dhahiri Wala hakuna kipofu isipokuwa kiziwi hakusikia kilio bali macho yalimwongoza naye maumivu kayahisi na macho kuziba.

Yohane: (*Anaita*)
Kovile! Nani yumo humo ndani? (Kwa Kisiu)
Tazama iwapo mna yeyote
mle kibandani, kisha mueleze aje mwenyewe
ajisikilizie nami masikio kwa mshangao
yamekufa ganzi, sisikii zaidi ya hayo mlioleta. Ni
kisu masikioni.

*(Kisiu anaondoka na mara anarudi akiambatana na Kovile
kamanda wa kizungu)*

Kovile: Naam; jambo gavana?

Yohane: Jambo!

Kovile: Kwamba waniita.

Yohane: Ndiyo. Mimi masikio sasa sina ya kuzidi
kusikiliza ukamilifu tabia ya kishenzi iliyozidi
mnyama kwa vitendo, usidhani ni matusi
Sijawahi kwa umri wangu karibu sitini kwa
miaka kwamba nikisikie
kioja cha kikatili kukizidi hiki.

Kovile: Kuna nini mbona sielewi?

Yohane: Waulize waliouleta ujumbe nami nitazidi kuelewa
kwa kusikiliza tena.

Kovile: (*Anageuka kutazama Kisiu*)
Ndiwe uliye nileta humu je kuna nini zaidi
ambayo yamemfanya
gavana kuwa mmoja wa waghani wa Uluwa.

Kisiu:	Jana asubuhi, ndiyo asubuhi… La! Si jana nimekosea nadhani ni juzi Naam ni juzi…
Kovile:	Huwezi kutaja kilichotokea bila kuharibu wakati kwa kupigapiga huku na huku, jua nina kazi hivi sasa mfalme Kasuku amegeuka kuwa mjanja, silaha zangu alizowapokonya watu wangu nazitaka ni lazima nikaripishe, taja!
Muhanya:	Waama ni hivi; juzi lakini saa sijui zilikuwa ngapi nadhani asubuhi ehe! Asubuhi ya siku iliyokesha siku tulipokuja hapa, mimi na ndugu zangu hawa… baada ya kumwona gavana tukabatizwa au siyo? *(Kwa Mwiba)*
Mwiba:	Ndiyo!
Muhanya:	Aha…
Kovile:	*(Anakatiza)* Funga mdomo, hakuna anayeweza kueleza moja kwa moja jambo moja bila kupitia huko? Wapumbavu hawa, hata kueleza jambo ni shida, nitafika wapi nanyi msiyopenda kuiga ndiyo maana Kasikinya; msichana tu anawapiga na kuwapokonya bunduki. Wajinga waone!
Kisiu:	Samahani! Nadhani ni hivi! Juzi Mfalme Mkazo aliwachoma na kuwaua wanadini wenu katika kanisa ile iliyokaribu na bwawa lile kubwa kwenye njia inayoelekea kule mashariki aliko

59

Kitimbi naye habari zake sijazisikia lakini nadhani yu mzima au siyo.
(*Kwa Muhanya*)

Muhanya: (*Kwa uoga*)
Ndiyo.

Kovile: Inatosha. Maelezo yaeleweka. Mkazo yuko wapi?

Muhanya: Nani?

Kovile: Nasema mfalme wenu Mkazo!

Kisiu: Yuko humu humu anazidi kuwasaka wengine, eti majemadari wamemsalati hawafanyi kazi yake anavyotaka naye kajishikia kurunzi kutafuta wanadini wanaopinga amri za babu zake sijui kama hajaua wengine sisi tulitoroka huko kujisalimisha na wenyeji wengi walionekana wameogopa sana huenda wataogopa zaidi wakazidi kufanya vile anavyopenda sijui.

Yohane: Wamekueleza vyema lakini niliyosikia mimi si mambo wala jambo
Eti walifungwa kabla ya kuuawa kisha ukawashwa moto mkubwa
Kwa ukubwa ni kama ziwa, kisha mmoja mmoja wakatupwa mle pasi na kukubali msamaha.

Kovile: Na alaaniwe huyu mkono wake umepita pale ambapo unafaa, katika shughuli za babu wa akina babu zake kutekeleza nami sina zaidi nasubiri

Kutoka kwako ewe gavana kazi yangu kuifanya
na usemapo ua kufyeka niko tayari.
Na mtu mkaa wa aina hii hata tunaowaona
hapa siamini kuwa ni binadamu, kufanana na
binadamu hakuwafanyi wawe binadamu
Yaani mjusi kuwa na umbo la mamba
hakumfanyi awe mamba. Mamba ni mamba na
mjusi ni mjusi.

Yohane: (*Kwa Kisiu, Muhanya na Mwiba*)
Hebu mwende nje kidogo.

Onyesho la nne

(Kasulenge kijijini wanawake wawili wanaingia vichwani wamebeba mitungi wakielekea mtoni)

Zamu: Umeyasikia wala si uvumi, juzi kwa hatua kumi kumi alipita kwangu ukiwa nje wake ulimi, naye pumzi zilikuwa juujuu kama za mkulima Sikuelewa yalikuwa yamemtisha kama kisukumi nami mbio nikatimka na kujificha bila ukeme…

Bitimuwa: Unasema ya ufalme?

Zamu: Ndiyo...

Bitimuwa: Nani humu ambaye hajasikia hayo? Toka wakati ule walipokufa wanadini ya kigeni mengi yametokea, nasikia Kisiu na wasomi wenzake ndio waliopeleka ujumbe huo kwa Yohane gavana mkuu. Naye mara hakuacha jasho lao liwakauke kabla hajakaripisha na siku hiyo Mkazo hakulala nyumbani kwake sasa humu hamna mfalme. Nasikia kikembe ambaye amezaliwa juzi ndiye atakayesimama mahali pake.

Zamu: Umejuaje mbona yamezidi unga?

Bitimuwa: Mimi nasikia kila kitu si kwa watu wengi wanipendao nao kila siku
hawaishi kwangu hata asubuhi kabla sijalisamba suka la kitandani
Huwasikia wakiita; Bitimuwa! Biatimuwa! umeshaamka? Mimi naenda shambani tuonane jioni.

Zamu: Nadhani hii itakuwa zamu yake kuonja matamu ya ufalme. Babaye bila ubishi kawakaribisha
Yeye kadhani yu mpevu kuliko hayati babake
Kudhani atawakimbiza, kumbe uzee ni chembe
bali kienzo bora cha kuigia na macho yao yaona mbali…

Bitimuwa: Halafu umesikia zaidi ya kustaajabisha?

Zamu: Ni yepi bibie?

Bitimuwa: Kipono na Muswagha ambao wanafaa kuwa washauri wa mfalme Mkazo wamebatizwa wote, wakajiunga na Yohane. Nao kwa pamoja walikubaliana kikembe kuwekwa kama mfalme ili waongoze kwa niaba yake kwa sababu kikembe hatapinga mawazo yao. Na njama yao kukamilika Yohane amekubali uamzi wao punde hivyo.

Zamu: Sisi tumeuzwa wazima sote wametuuza.

Bitimuwa: Sikiliza zaidi, eti kuna mapatano yao ambayo karibu wataingia

Kwa niaba ya kikembe baada ya kuwekwa kama mfalme ili ijulikane rasmi kuwa sisi ni watumwa wa Yohane…

Zamu: Yohane ni gavana. Kuna malkia, mkuu wa Yohane, ambaye kwa utashi wake ateremsha amri na Yohane, hutekeleza kwa niaba yake.

Bitimuwa: Kwa hivyo itakuwa Kipono na Muswagha kwa niaba ya kikembe kama alivyo Yohane na Kovile kwa niaba ya malkia.

Zamu: Lakini ni mapatano kuhusu nini?

Bitimuwa: Hayo tutayapata zaidi baada ya kumweka rasmi kikembe kama mfalme wa Kasulenge. Tena vioja havikwishi kutendeka hapa kwetu. Eti Mkazo amekimbilia Bupomboli kwa mfalme Kasuku ambaye hapo awali wamekuwa ni panya na paka.

Zamu: Mbona huko pia nasikia mambo si mazuri? Atakuwa mjinga kutoroka kaangioni na kujitosa motoni.

Bitimuwa: Heri nusu shari kuliko shari kamili nadhani ameona kule moto hautakuwa kama huu, aliouwasha kuwaunguza wanadini wasiokuwa na hatia, naye damu yao kulipia hazijacha sita kabla hajapoteza ufalme kumbe mtaka yote hukosa yote, yaani ufalme na udongo kutetea umekuwa ulimbo wa kumfanya anasike kwa ndoana ambayo yeye mwenyewe aliiweka chambo yamekuwa ni mashumushumu kamili.

Zamu: *(Anamtahadharisha Bitimuwa na kubadilisha gumzo)*
Nawaona waja, Bitimuwa kumbe mahindi yako yameweka maua?

Bitimuwa: Sina mahindi ya kugawia wageni na wapiganaji huku wanangu wakilala tumbo tupu bali maharagwe yako tayari.

Zamu: Mimi mahindi karibu kuliwa, yaani nilipanda kwa mvua ya kwanza.
(Wanawakuta Kipono na Muswagha)

Kipono: Enyi wanawake warembo habari za kutwa?

Bitimuwa na Zamu: *(Kwa pamoja wanapiga magoti)*
Ni njema.

Kipono: Nanyi ni wakazi wa hapa, humu au mu wageni?

Bitimuwa: *(Bado chini kwa magoti)*
Sisi ni wakazi wa hapa Bukobe toka tuolewe hapa mabwana zetu ni wavuvi huku Kaghetse ya kusini.

Kipono: Kwa sasa wame wenu wako nyumbani huko?

Bitimuwa: Huwa wanakuja asubuhi sana na kurudi huko alasiri lakini wakati mwingine hawaji.

Kipono: Wakija kesho mtawambia kuwa wote na wenyeji wengine wanahitajiwa wakusanyike kwa mfalme wetu juma mosi kuna sherehe ya kumweka kikembe kama mfalme wa Kasulenge, hebu kawapashe habari wowote mtakaowapata ambao hawajasikia.

(Kipono na Muswagha wanaondoka)

Bitimuwa:	Umeyasikia bibie?
Zamu:	Ni karibu sana na tuliyokuwa tukizungumza.
Bitimuwa:	Sasa yamejiri na ni wakati wa binadamu kuuzwa mzima.
Zamu:	Vipi tena kuuzwa?
Bitimuwa:	Wewe hujui na ni wakati ujue. Mimi mume wangu alipokuja juzi, aliniambia kwamba sehemu wanakovua samaki mzungu alionekana huko akitembea na akina Kisiu, Muhanya pamoja na Mwiba na macho yao kumwangukia mzungu wakajificha wasitambulike, nao kufikiri wako pekee wakaanza kutoboa yote.
Zamu:	Wakatoboa?
Bitimuwa:	Ndiyo. Wakasema kwamba malkia katuma ujumbe kuwa mali igawanywe
	Na hasa mashamba, mito na maziwa ili kila upande ujue haki yake.
Zamu:	Haki yao?
Bitimuwa:	Ndiyo. Nasi tusiomo, tutafanya kazi kuwatumikia wenye mashamba yao.

Na tutakuwa kama walowezi tusiomiliki kitu.
Kila kitu kitakuwa na mwenyewe atakayepokea
kodi itokanayo na kitu hicho.

Zamu: Vipi tena?

Bitimuwa: Nawe hilo shamba unalomiliki litagawiwa mtu au
tuseme mfalme au Kipono au Kisiu, ama Yohane
naye ndiye atakayeamua utalipa jinsi gani
kukuruhusu utumie sehemu hiyo unavyotaka…
lakini usiambie mwingine… nadhani bado ni siri
yao huenda ikawa ndiyo maana kuzungumzia
mambo hayo iliwabidi waende mbali kichakani
walikodhani hakuna atakayewasikia kumbe ndiko
walipokuwa wavuvi na bwana yangu akiwa
miongoni mwao kwaheri. (**Wanatoka**)

Kitendo cha nne

Onyesho la Kwanza

(Mbele ya kibanda alimokuwa akiishi Mfalme Kasuku kule alikokuwa amehamia baada ya kushambuliwa na maadui mpaka akahama kwake na eneo la pale alipokuwa akikaa akakimbilia kwingine. Mfalme amekaa kiambazani anaonesha kuwa mwenye machovu kana kwamba hakupata hata lepe la usingizi usiku uliopita. Kando mwa mfalme maaskari wananongonezeana)

Mlenga I: Ama kweli hakuna refu lisilo na ncha. Mimi zamani nilikuwa na fikira mbovu kwamba kuna aina ya miti ambayo haiwezi kukauka hata siku moja kwa kutazama ukubwa wa mti. Lakini kufuatana na visa hasa vita ambavyo tumekumbana navyo hivi karibuni, nimeanza kuamini kwamba hata siku moja mlima mrefu kama wa Rwenzori siku itafika mlima huo utapunguzwa kwa mmomonyoko tusioutarajia wala kuufikiria.

Eti, askari mwenzagu, na miaka yako 45 kama unavyotuambia ingawa najua baadhi yenu huficha miaka ili mwendelee kula vya bure kwa kubaki mkimtumikia mfalme, kuna siku moja uliowahi kufikiria kwamba mfame wetu huyu angeondolewa mamlakani?

Mlenga II:	Na ungefikiri hivyo wangekuona kama mwendawazimu.
Mlenga I:	Umenena, lakini siku hizi?
Mlenga II:	Bwana tena umeanza porojo zako zisizo na mbele wala nyuma.
Mlenga I:	Porojo zipi tena yaani hujui kwamba maji ya kunde ametushindisha nguvu na ndiye ametufanya tukimbilie huku tuliko.
Mlenga II:	Kumbukeni kwamba siku hizi kuta na majani huota masikio. Niliambiwa na babu kwamba ukosapo la kufanya vuteni sigara. Naona wewe hunalo wakuletee kiko ukavute tumbako maana huna la kufanya mbali na kutabiri kuanguka kwa ufalme wa Kasuku.
Mlenga I:	Kweli una maana nimekufuru kwa kuzungumzia yaliyopo ambayo hata kipofu aliyepofuka maishani mwake anaona wazi kwamba dalili zote zaonesha kwamba tutashindwa.
Mlenga II:	Usemalo bwana ni la maana, lakini umelisemea wapi na wakati gani? Palipo mjamzito si uungwana kupahadithia hadithi zihusuzo mjamzito aliyejifungua kitoto chake kikafia pale pale. Wakati mwingine kujifanya kipofu na kiziwi ni bora kuliko kujifanya mwerevu na mwenye masikio kama ya nguruwe yasikiayayo unyatu wa paka. Hebu

nikuulize, hutaki kuona wajukuu na vitukuu wako?

Mlenga I: *(Akionyesha kuwa amekata tamaa)*
Bwana jipu likiota kwenye pua huna budi utalamba usaha.
Ama wewe umepata dawa ya upara? Wazungu bwana wakija huwa hawaendi ama hujawahi kusikia jinsi walivyonyamazisha waafrika wengine kama Mkazo na Mkwava. Bwana tangu wazungu waje hapa mambo mengi yameanza kuharibika. Usishangae siku hizi kuona gamba la kobe likitawaliwa na mfalme mwingine. Ni lipi ambalo halijatendeka tangu mzungu aingie hapa? Hivi karibuni tutaambiwa kupanda mimea angani.

Mlenga II: *(Akionyesha mshangao)*
Usijali hivi karibuni mambo yatatengemaa. Hata hivyo nimeanza kukushuku.
Nilifikiri vile Wapomboli wameanza kujiunga na mzungu nyinyi ndio labda mtautetea ufalme huu ije heri au shari.

Mlenga I: Kama hujaelewa ninalotaka kukuambia, mtu mwenyewe hata anashindwa kula kifungua kinywa. Aah! Naona anaangaza angaza hebu twende tusije tukapayukiwa bure.
(Wanaelekea aliko mfalme)

Kasuku: *(Anashtuka kama kwamba amefumwa kwa mshale, mara anaangazaangaza kama kwamba anatoka katika ndoto na ndipo ameamka na wala macho yake hayajazoea hali ya mwanga. Anaita)*
Askari! Aah! Ehee! Yaani! Askari! *(Anaanza kulalama)*
Ama kweli watu wameanza kubadilika hata a… skaa…ri… *(punde tu askari wanamwitikia anawatumbulia macho)*

Mlenga II: Naam bwana! Tuko hapa karibu, tulipoona umepumzika hatukutaka kukusumbua, tuliamua kusimama chonjo tukihakikisha kwamba usalama wako usitenganishwe.

Mlenga I: Ewala mfalme,tumeapa kwa ardhi na mbingu kwamba mzungu atakapokuja tutamwonesha kilichomfanya sankara kuchomwa kwa moto kwa nini watuzoee! Hatutakuwa kama wa ufalme wa wasulenge walioona ngozi nyeupe wakakimbia.

Kasuku: *(Akigugumiza kwa huzuni)*
Wazungu walishindwa waliposikia habari zangu. Na si kweli kwamba wale askari mia moja wanaodaiwa kuuliwa na jeshi la wazungu ni tetesi tu. Shambulizi ninalolijua ni lile la kidimbwini ambako takribani
kila upande ulipoteza wapiganaji wasiopungua ishirini.

71

Mlenga II:	Bwanangu, hilo la askari mia moja lisikunungunishe kuna…
Kasuku:	*(Anakatiza)*

Nyamaza, usinitie wazimu na kujutia kitendo chochote sasa hivi, toka!
Tokomeeni nisije nikakusababishia safari ya lazima kule waliko babu zako.

(Anaondoka Mlenga II)

Kwelikweli mzungu ameamua kutufanya wakimbizi katika ardhi yetu, nami kukubali dhuluma hiyo sitaweza. Babu zetu wanajua kwamba kuigawa ardhi yetu
hata iwe ndogo kwa ukubwa wa sindano ni sawa na kushuhudia mwingine akimpanda mkeo huku kwikwikwi na machozi yakikutoka bila kuwa na kitendo kumsalimisha. Na kukodoa macho tu kama chura atafutaye pakupitia katika kusalimisha maisha yake kutoka katika shimo fulani akisikia kichaka kilicho karibu naye kikiungua na wala hawezi kuzima moto bali anapaswa kuendelea. Nami wa Bupomboli siwezi kuihimili hali hiyo. Kwa jino na ukucha nitapigana. Kutenda jambo nashurutishwa.
Na muda naharibu wa nini, ni bora kuwafikia majemadari.

Onyesho la pili

(Kamito mbele ya kijumba cha Kasuku)

Yarwa: *(Anageuka kumtazama Kasuku)*
Na usowere ewe mfalme Kasuku anayetajikana ng'ambo na karibu.
Nasi kwa uwezo wetu tukajaribu kwa kadiri iwezekanavyo na adui pia kwa nguvu na wala hana huruma. Bakora anazotumia zatema moto, zile si bunduki. Na mara zitemapo moto inayegwiwa hujipweteka chini kama gunia la chumvi huku akipiga unyende na kwao asilimia themanini hupoteza pumzi mara na kupasafiri mahali pa lazima.
Vifo tukasajiri kama walivyo majeruhi, nao hawapungui ishirini.

Kasuku: *(Anahuzunika na kufoka)*
Nani anaweza kuamini masikio yake. Kwa idadi hiyo ukimtajia?
Na iendeleapo hivyo hali hii natamauka. Iwapo ukanda hatutaukaza tutabakiza kuchopeka vidole Kinywani huku tukisoma herufi 'O'
Nao wakisherehekea kwa kusoma herufi 'A' iwapo si matusi. Ikawaje hasara ikaja hivyo?

Kasikinya: Nakuheshimu mfalme kama ilivyo kawaida nasi kwa kadiri yetu vile alivyosema Yarwa hatukusubiri tuvaliwe kisurupwenye, kuwapokonya bunduki tatu ni kitendo tosha na haki yetu kuidai, safari njema kuishuhudia kwa baraka zisizo kifani. Mpiga bakora kama yule kusalimu amri na mikononi mwa jemadari kama Yarwa hatima ya uzima wake kujadiliwa.

Yarwa: Aisifuye mvua imemnyea, bali kunradhi mfalme na usowere nayo si kawaida yangu mtovu wa adabu kutoheshimu. Bali kutoridhika kwako ni jambo la kustaajabisha. Na kama mwindaji aliyeshindwa kuridhika kwa windo lake dogo, kudhani atamparamia tembo. Yaani mfupi huangika pale mkonowe hufika. Nasi kujitahidi na kukomboa upya taadhima yako kujengeka ni lengo letu kuu. Kutulaza usiku na mchana tukiwa macho na vichaka kuchambua.

Mlenga I: (*Pembeni, kwa Mlenga II*)
Unafikiri jasho hilo ni la nini? Si dalili za kushindwa hizi au nisemeje?
Kama ilivyo mvua na mawingu kuwa ni dalili ndivyo zilivyo dalili za
Kitalini kushindwa.

Mlenga II: Nimeona! Yaani jasho ni la nini?

Mlenga I: Aka! Naona miripuko ya bakora imezidi kichwa chako kukichanganyisha.

Nadhani utakuwa wa nne kusalimu amri iwapo
kitu kidogo unashindwa kuelewa. Yaani unataka
kuniambia kwamba wajidaio kwamba wao ni
shujaa vile wameanza kutatarika kama kuku
anayetaka kutaga yai.
Hujaelewa? Na badala yake kujidai wenyewe
ama hujui kwamba ni kosa
kinywa chako kukusifu mwenyewe?

Malenga II: Nami sichoki kukueleza kila siku kwamba
ingawa mfalme anateua
majemadari kutokana na jinsi
wanavyonyenyekea, kama mbuzi
anayevutwa malishoni kuchukuliwa kwa kasi za
umeme, hana budi ila kusalimu amri na sababu si
nyingine ila kwa njaa.

Mlenga I: Hasa macho yangu yamlenga jemadari Kasikinya
tamaa yake kama
kwingine ni uongozi. Naye kama jogoo
hukwaruza kwaruza. Ama ni
kweli aliliapo wembe mtoto mpe! Na ni muda
mrefu akililia kazi hii
lakini vile amepewa si ameshindwa?

Malenga II: Nami nimejua kuanzia sasa hivi na wakati
mwingine mambo huwa tunayachukulia kijuujuu.
Na humu nani asiyejua bakora zitemazo moto
walizonazo kina Kovile?

Mlenga I: *(Anaonyesha hasira)*

75

Mimi wakati mwingine huwa sitaki kuzungumza nawe kwa sababu ya ujinga wako. Basi acha niende zangu nisiharibu nayo ya kufanya ni mengi na muda siuoni.

Mlenga II: Hasira zako hizo kimkizi hazimfungii Kovile barabara ya kuja kukushambulia nami harara sina kusonga karibu na kumsikiliza Yarwa ni bora kuliko kusikiliza upuzi wa mjinga kama wewe.

Yarwa: Mashua nayo majini ina vishindo, bali ieleapo majini havitikishi bahari
Kama alivyo chura kwenye maji sauti zake hazitoshi kumfanya tembo kujifia kwa kiu. Kwa maoni yangu tusipo ufanya umoja kuwa ni uti, katika mkwaruzano huu ni mkwamo mtupu.

Kasuku: Binadamu wanazo nywele aina mbali mbali nayo ndivyo ilivyo akili, kila mtu ana yake. Na Kasuku kuomba msamaha ni haki yake iwapo makosa ametenda bila kukusudia. Na sababu si nyingine ni harara za matokeo kule medani. Kuliko bakora za Kovile vile mnavyozungumzia. Nitadai hata hivyo msamaha kunikubalia na kunradhi iwapo nimewaudhi. Kama ilivyo kawaida yangu, mzikubali shukurani kwa machache au mengi mlioyafanya lakini harara za vitani zanitia kichaa.
Wavuvi nao kwa kushikamana kazi huiendeleza, bali yajapo mawimbi huwatawanyisha, nao kama sungura hujitetea mbele ya simba ni jambo zito. Jinsi nilivyo, harara ya matokeo! Naam,

76

nimesikia kwamba kuna wengine wale walio waoga kama viroboto. Hapo awali ladha ya ufalme wetu ilikuwa tamu lakini kwa mtazamo ulioko hivi sasa ladha sio tamu tena. Kwao imekuwa chungu na mambo yalivyo si kama yalivyokuwa juzi.

Yarwa: Nitasema tena na tena, hata hivyo na usowere ewe mfalme Kasuku wa Bupomboli. Hakuna humu asiyejua bakora za ngozi nyekundu huku kwingine wanasema maji ya kunde. Hata hivyo nami naungama hapo awali tulipigana kwa hali na mali lakini kusema kwamba ladha ya ufalme si tamu tena ni kweli. Naona twaanza kuumana nasi kumkaribisha ngozi nyekundu ni sawa na kumkaribisha mchwa ambaye kila mja anajua kusudio lake ni udongoni na kichuguu kukijenga kwa kujihami huku akiula polepole.

Kasuku: Sote tulivyokusanyika kila mmoja kwa masikio yake amesikia na iwapo tunayo tutazingatia kwa hivyo uamuzi ni wenu msije mkasema kwamba hamkuambiwa.

Kasikinya: Na usowere tena Kasuku wa Mukidi, ambaye mauti kwa ujasiri hakuthubutu, nasi twawania kusawazisha jikoni tutaingia tena Tukampikie ngozi nyekundu, chakula kwa masurufu yatakayo mwangusha na kusherehekea kwa kazi iliyobora tutakayoitekeleza na kisasi kulipiza

77

uwe mwisho wa safari vita kuvimaliza.

Yarwa: Kwa safari hii tutajihadhari. Ningeomba
tusimwage mtama hapa kwa kutojadili zaidi.

Kasikinya: *(Kwa kuridhia)*
Jemadari Yarwa umeniopoa neno hilo mdomoni
mwangu. Napendekeza
tukutane na mfalme usiku siyo kwamba kila kitu
kitazungumziwa mahali peupe.

Mlenga I: Tangu lini sisi tukawa madoadoa na kuanza
kutotuhusisha katika mipango ya mashambulizi
na mmepanga mara ngapi bila kutuhusisha na
halafu mshindwe?

Kasikinya: *(Kwa hasira)*
Toka hapa! Tokomeeni! Unachosema ni kwamba
tumeshindwa kupanga vizuri?
Umekufuru, hata miungu wa Bupomboli kwa
kitendo hicho wamekasirika, unafaa kuwatolea
hongo kwa mujibu wa msamaha. Kwani naona
machozi yawatoka chururu!

Mlenga II: Naona tunaanza kutonesha kidonda wakati
kinakaribia kupona, kumfukuza askari kwa
wakati kama huu hatusaidiwi hata na kosa
linalomfanya afukuzwe kama mkoma si muhimu.

Yarwa: *(Anatamauka)*
Wakati mwingine mbwa anaweza kumg'ata
bwana wake, na huu si wakati wa kubishana
na kujifunza unyenyekevu si dalili ya uoga

78

kaeni mkijua kwamba mkaja tumboni hauzuii
maumivu. Hatuwezi kumruhusu kututusi
kudharau juhudi zetu ni heri medani niende peke
yangu kuliko askari mia waoga na washindani.

Kasuku: Wakati kama huu,kubishana hufanywa historia
ambayo kukumbukwa mara nyingi husababisha
machozi. Nitalazimishwa kutoa amri kwa
maombi nanyi Kasikinya na Yarwa ingieni mle
kijumbani kabla sijakonyeza.

Onyesho la tatu

(Bado kijumbani mwa Kasuku)

Kasuku: Nimewaita hapa ili tugogomelee msumari wa mwisho
Nyote mnajua kwamba tumewapiga jeki maadui vile miongoni mwetu
mna wanaowapasha habari. Pia tusidhani tunapigana na mzungu, yaani
naona zaidi ni Wasulenge thibitisho mnaona vile kila anayejisalimisha huwa si mzungu. Imekuwa kama siku zile. Tunaposhindwa umoja kwa udhaifu tulio nao huu, naona giza mbeleni.

Kasikinya: Enzi zenu mfalme nazitamani. Nanyi kwa mikuki mlipigana ingawa kulikuwa vifo, si sawa na hivi. Wakati huu ni bunduki tumetambua.
Nayo kumkabidhi mtu mweusi sote tutamalizana.

Yarwa: Watu wetu wamekuwa waoga hasa kwa bunduki unazosema Kasikinya.
Nao kujisalimisha hapa na pale watafuta mbinu na kujiunga na mwenye bunduki ni mojawapo.

Kasuku: Naona imetunyeshea pabaya, pakujibari sipaoni lakini kama wapiganaji kwa mkuki mmoja au miwili hatuendi, tutasubiri

hapa hapa, msiishiwe matumaini, kila lililo
na mwanzo lina mwisho usijali mwisho
utakuwa vipi, mawazo yenu nimeyasikia lakini
natofautiana nanyi.
Wapiganaji wetu, mradi tu tunao hao ni wetu nao
kutowashirikisha katika mambo mengine huenda
twakosea.

Kasikinya: Usidhani twawachukia na usowere tena, nami
nisichokipenda zaidi ni kubishana kwa wakati
kama huu. Na sote tunajua la kufanya na bado
wakati ungalipo wa kukosoa makosa yetu.
Jambo la maaskari kuawa katika vita ni jambo
la kawaida. Si makosa kumkuta chura usingizini
huku akiwa ameketi kwa sababu kimajaliwa
hajawahi kulalia mgongo wake.

Kasuku: Hebu tuseme hayo yamepita. Lakini bado
twakabiliwa mbeleni.

Yarwa: Anachosema mfalme ni kweli, la askari kujiunga
au kutuacha si la muhimu tunafaa kuganga
yajayo na kubaini adui kamili.
Adui kamili ni sisi wenyewe, tangu kwa umoja
hatukusimama
Na ukuta wetu kwa nyufa ukaathirika, falme
mbalimbali kujitenga,
Kwa ushindani kujionyesha, mmoja mbele ya
mwingine.

Kasikinya: Twaweza kufikiri kuwa mzungu ndiye adui kwa
upande mwingine

81

Nayo ni kweli yaani kama asingalikuwepo si dhani Mkazo kwa mkuki angetuhamisha kutoka Kikyo.

Yarwa: Unalosema nililifikiria zamani. Sote twajua kwamba, kipanga, mwewe chui na simba wote ni ndege na wanyama walao wengine. Ni kweli kwamba hakuna tofauti kati ya mzungu na mwafrika aliyejiunga naye.
(Anasita kidogo baada ya kusikia vishindo vinavyokaribia chumbani walimo)

Kasuku: Ni kama kuna mtu mlangoni. (*Mlango unabishwa*)

Kasikinya: (*Anafungua nusu ya mlango*)
Unataka nini?

Mlinzi: Afande kule kumefika mgeni yuataka kuonana na mfalme.

Kasikinya: Huyo mgeni amekuambia jina lake, anakotoka na anachotaka?

Yarwa: Ameshika nini? Je umechunguza mavazi yake vizuri?

Mlinzi : Siwezi kudanganya ya mavazi,jina, bali asema yuatoka Kasulenge.
Zaidi alikuja akimtaja mfalme Kasuku.

Yarwa: *(Kwa mlinzi)*
Nenda ukasimame pale pembeni tukamuulize Mfalme Kasuku.

(Kwa mfalme Kasuku)
Ikiwa masikio yangu yangali mazima habari
ambazo tumepokea kutoka
kwa mlinzi ni kwamba huenda Mkazo yake
yamezidi unga. Labda si yeye
lakini kuna mgeni ambaye nimekisia kuwa ni
Mkazo mwenyewe ataka akuone.

Kasuku: *(Kwa mshangao)*
Wasema Mkazo huyu ninayemjua wa Kasulenge
au ni Mkazo mwingine?

Kasikinya: Na awe Mkazo au mwingine mradi ni Mgeni na
amekuja kwa amani, ningedhani tumpokee.

Kasuku: Iwapo ni yeye dunia kumbe ni duara, ama
amekuja tena kwa mengine?

Yarwa: Naona haidhuru!

Kasuku: *(Shingo upande)*
Haya aje!

Kasikinya: Haya ewe kijana mlinzi, hima kamweleze aje!
*(Mlinzi anaondoka na mara anarejea
akifuatana na Mkazo)*

Kasuku: *(Anasimama kumkaribisha mgeni wake)*
Iwapo ndiwe Mkazo, wa Kitwana, wa Kasulenge,
hata kama ni mzuka wake, ukaja kuingia humu
mwangu, kwa mabaya au mazuri sina budi
kukupa mkono wangu, nikukaribishe ewe
mfalme.

Mkazo: Nami ndimi si mwingine ni mfalme Mkazo wa Kitwana ambaye alikuwa
Lakini vile umesema, ni yeye si mzuka, sura yangu kamili, ambaye kwa msaada amefanya ziara yake ya kwanza kumzuru mfalme Kasuku wa Bupomboli. Ambaye kama kasuku kwa umbali alitazama na kuiga moja kwa moja, watu wake kuwajulisha, siku mbaya zilizokaribia.

Kasuku: Karibu tena unaweza ukaketi na kujituliza ewe Mkazo mwema lakani
kabla hujaketi, nani kakwambia kwamba hapa ndipo nilipo?

Mkazo: *(Anaketi)*
Kama unavyojua bwana waweza kumkosa wa kukupa chakula bali wa kukupasha habari…

Kasuku: Unachosema ni kweli unanikumbusha hadithi ya *Mfalme Ana Pembe*, watu wengi hawazilalii habari wala kuzikalia hata wakiwa wanajua kwamba zinaweza kusababisha madhara.

Mkazo: Sijui nikwambie nini na niache nini kwa makubwa yaliyonileta, ama nianze vipi? Singependa nitangulie kwa majuto, bali kama binadamu nilikosea nami nasikitika.

Kasuku: Majira yalivyo, naona wakati umetuacha, maneno mengi kutumia sema mfalme mwema . Nami masikio yangu kwako, ni tayari kusikiliza.

Mkazo:	Mbuga zetu vile unavyozijua, kwa miguu mikavu, nimechana zote.
	Kimbilio pa Kasuku nikitafuta. Nao waliokuwa wenzi bora wa babangu kunikimbiza kwa kitendo chema, wasidini wafia dini nilichofanya.
	kwa kupinga amri zangu na za wakoloni kuzingatia. Mimi ya Kitwana sikubali, afadhali nife mkimbizi kuliko kuuzwa nikiwa mzima. Na walinzi, wala familia yangu sijui waliko.
Kasuku:	Hata huku mambo ni hayohayo, ingawa kwangu hakujateketea, vile unavyoweza kudhani, nami macho sifungi kila mara nikichunguza watakaotokea. Na hapa tulipo nahofia tunaweza kushambuliwa wakati wowote, lakini vita hivi vimekwisha na washindi ni sisi.
	(Mara mlinzi anaingia pumzi zikiwa juujuu)
Mlinzi:	Bwanangu, hakuna matumaini tena, huenda ikawa, siku ile uliyokuwa ukizungumzia imefika. *(Mara milio ya bunduki na risasi na mayowe ya watu kwa maumivu inasisika kambini, huko milio ikisikika hewani kote katika fujo na ghasia kwa uvamizi wa askari wa Kovile dhidi ya walenga. Huku mlio wa risasi unasikika pa.. pa..papa. papa… papapa..pa….)*
Kasikinya:	*(Anatimka bila kujua anakokimbia huku akipiga kelele. Yarwa akimfuata bila kujua wanakokimbia)*
	Jamani tumepigwa! Jameni tumepigwa! Jameni tumepigwa!..

Kasuku: *(Kwa Mkazo na kwa sauti ya chini sana)*

Usiulize zaidi ndio, lakini nifuate tutoke hapa
pole pole kabla hatujanaswa hadi kule nitakako
kuonesha.

Onyesho la nne

(Pobo mbele ya vijumba kwenye makao makuu ya chifu Mtengwa. Wanaingia chifu Mtengwa, Mfalme Kasuku na Mkazo)

Chifu Mtengwa: Poleni kwa msiba. Subirini mkaletewe
chakutupa tumboni na maji
mwilini kujipasha ili mpate nguvu za kukumbuka
na hata yale mliokuwa mmeyasahau kwa uchovu
wa siku nyingi mkipekua kichaka kuyabaini
maficho yasiyoweza kuwasaliti, na barabara finyu
kwa mfalme Mtengwa wa Pobo.

Mkazo: Bila shaka tutashukuru, kwa kivuli hiki ambacho
tena kimetuletea matumaini.

Kasuku: Nami nashukuru kwa mdomo wangu.
(Oba, Mtumshi wa Mtengwa anaingia)

Oba: *(Kwa chifu Mtengwa)*
Mbele kule langoni kuna wageni watatu,
wanaomba kukuona.

Mtengwa: Wamekuambia sababu zao nawe ukashindwa
kuzitatua?

Oba: Hawakusema lolote ila kutaka kukuona.

Mtengwa: Haya basi kawaeleze waje!
(Oba anaondoka)

Kasuku: Unafikiri ni wageni wa kawaida…
(Mara inasikika sauti kubwa ikiwaonya kutokimbia. Kuchunguza hivi Mkazo anatambua kwamba anayewatahadharisha ni Kovile huku nyuma yake wapiganaji zaidi ya ishirini wamewazunguka wote wamepakata silaha tayari kuwapiga)

Kovile: Msitoroke tena. Kujaribu tu, risasi kwa nyama!
(Kwa wapiganaji wake)
Wafungeni hao wote watatu!... nani ni Mtengwa?

Mtengwa: *(Bila kubishana)*
Ndimi!

Kovile: Haya huyu kamfunge mweke pale!
(Mtengwa anafungwa na kuwekwa pembeni)
Na, ni nani Mkazo?
(Wote Mkazo na Kasuku wanamtazama tu)
Kama hakuna majibu kawafunge tuondoke!

Kasuku: Leo utanifunga na kunifanya utakacho, si hoja lililo wazi ni kwamba, umesaliti nafsi yako.

Kovile: Usifikiri kuuliza siwajui. Nina sababu.

Mkazo: Unaweza kufanya chochote ambacho ungependa! Bali damu yetu, usinikumbushe wafia dini wasi dini!

Mtengwa hana makosa, vile alivyokukaribisha
nasi pia mwachilie huru, tupeleke utakako!
Ushindi wako ni wa bunduki hamna haki!

Kasuku: *(Kwa wapiganaji wa Kovile)*
Kovile hana makosa, bali ukiwi wa mtu mweusi!
(Wanafungwa na kuondolewa)

Printed in the United States
By Bookmasters